பழங்குறியீடுகள் கலைக்களஞ்சியம்

Encyclopedia Of Ancient Symbols

പ്രാചീന ചിഹ്ന വിജ്ഞാനകോശം

பழங்குறியீடுகள் கலைக்களஞ்சியம்

சு. சிவா (பி.1980)

கன்னியாகுமரி மாவட்டம், ஆரல்வாய்மொழியில் பிறந்தவர். நாகர்கோவில் தென்திருவிதாங்கூர் இந்துக்கல்லூரியில் இளங்கலை கல்வி பயின்ற இவர், தனது முதுகலை, முனைவர் பட்டங்களைக் கேரளப் பல்கலைக்கழகத்தில் பெற்றுள்ளார். இவர் தற்பொழுது தில்லிப் பல்கலைக்கழகத்தில் நவீன இந்திய மொழிகள் மற்றும் இலக்கியத் துறையில் தமிழ் உதவிப் பேராசிரியராகப் பணியாற்றி வருகிறார். தமிழ்ச் செம்மொழி வரலாறு, டாக்டர் எஸ். பத்மநாபன், கல்வெட்டுக்களில் அளவைக் குறியீடுகள், கல்வெட்டுக்களில் உழைப்பும் கூலியும், குமரி மாவட்டக் கல்வெட்டுக்களில் மொழியாய்வு, சுவேதாம்பரர், பழந்தமிழர் பண்பாட்டுப் பதிவுகள் (தொகுப்பாசிரியர்) ஆகிய நூல்களை இதுவரை வெளியிட்டுள்ளார். கல்வெட்டுப் பெயர்ச் சொல்லகராதி எனும் நூல் விரைவில் வெளிவரவிருக்கிறது.

Encyclopedia of Ancient Symbols

S. Siva (1980)

Born in Aralvaimozhi, Kanyakumari district. He completed his undergraduate education at South Travancore Hindu College, Nagercoil, and his postgraduate and doctorate from the University of Kerala. He is currently working as an Assistant Professor of Tamil at the Department of Modern Indian Languages and Literary Studies, University of Delhi.

Tamil-c-cemmoḻivaralāru (History of Classical Tamil language), ṭākṭar-es-Patmanāpaṉ (Biography of Dr. S. Padmanabhan), kalveṭṭukkaḷil-aḷavai-k-kuṟiyīṭukaḷ, (Measurement Symbols in Inscriptions), kalveṭṭukkaḷil-uḻaippum-kūliyum, (Labour and Wages in Inscriptions), kumarimāvaṭṭa-k-kalveṭṭukaḷil - moḻiyāyvu (Linguistic Study of the Inscriptions at Kanniyakumari District), cuvētāmparar (Inscriptional Articles), and Paḻantamiḻar-paṇpāṭṭu-p-pativukaḷ (Cultural Records of Ancient Tamil People) are the books that he has published. A book titled Kalveṭṭu-p-peyar-c-collakarāti (Epigraphic Nouns Glossary) is to be published soon.

சு. சிவா

பழங்குறியீடுகள் கலைக்களஞ்சியம்

Encyclopedia of Ancient Symbols

പ്രാചീന ചിഹ്ന വിജ്ഞാനകോശം

காலச்சுவடு பதிப்பகம்

அன்பார்ந்த வாசகருக்கு,

வணக்கம்.

காலச்சுவடு நூலை வாங்கியமைக்கு நன்றி.

நூலின் உள்ளடக்கம், உருவாக்கம், அட்டைப்படம் இன்ன பிற அம்சங்கள் பற்றிய உங்கள் கருத்துகளையும் ஆலோசனைகளையும் காலச்சுவடு வரவேற்கிறது. தகவல், எழுத்து, வாக்கியப் பிழைகள் தென்பட்டால் கட்டாயம் தெரிவித்து உதவுங்கள். நூல் தயாரிப்பில் கடும் குறைபாடு இருப்பின் மாற்றுப் பிரதி உங்களுக்குக் கிடைக்கக் காலச்சுவடு ஏற்பாடு செய்யும்.

மின்னஞ்சல்: **publisher@kalachuvadu.com**

காலச்சுவடு நாகர்கோவில் அலுவலகத்துக்குக் கடிதம் அனுப்பலாம்.

தங்கள்
எஸ்.ஆர். சுந்தரம் (கண்ணன்)
பதிப்பாளர் – நிர்வாக இயக்குநர்

பழங்குறியீடுகள் கலைக்களஞ்சியம் ❋ கலைக்களஞ்சியம் ❋ ஆசிரியர்: சு. சிவா ❋ © சு. சிவா ❋ முதல் பதிப்பு: அக்டோபர் 2023 ❋ வெளியீடு: காலச்சுவடு, 669, கே.பி. சாலை, நாகர்கோவில் 629001

காலச்சுவடு பதிப்பக வெளியீடு: 1124

pazankuRiyiiTukaL kalaikkaLanciyam ❋ Encyclopedia ❋ Author: S. Siva ❋ © S. Siva ❋ Language: Tamil - Malayalam - English ❋ First Edition: October 2023 ❋ Size: Royal 1 x 8 ❋ Paper: 18.6 kg maplitho ❋ Pages: 184

Published by Kalachuvadu, 669 K.P. Road, Nagercoil 629001, India ❋ Phone: 91-4652-278525 ❋ e-mail: publications@kalachuvadu.com ❋ Printed at Clicto Print, Jaleel Towers, 42 KB Dasan Road, Teynampet Chennai 600018

ISBN: 978-93-5523-246-5

for my friend
Dr. S. Muthulakshmi

தமிழ் எழுத்துக்களுக்கேற்ற ஆங்கில எழுத்துக்களைக் குறிக்கும் அட்டவணை

A System of Transliteration of Tamil Vowels

Short		Long		Dipthongs	
அ	a	ஆ	ā	ஐ	ai
இ	i	ஈ	ī	ஔ	au
உ	u	ஊ	ū		
எ	e	ஏ	ē		
ஒ	o	ஓ	ō		

Consonants

Hard		Soft		Medial	
க்	k	ங்	ṅ	ய்	y
ச்	c	ஞ்	ñ	ர்	r
ட்	ṭ	ண்	ṇ	ல்	l
த்	t	ந்	n	வ்	v
ப்	p	ம்	m	ழ்	l̲
ற்	r̲	ன்	n̲	ள்	ḷ
ஸ்	s	ஷ்	ṣ	ஹ்	h
		ஜ்	j		

பொருளடக்கம் / Index / ഉള്ളടക്കം

	அணிந்துரை	11
	Foreword	13
	என்னுரை	15
	Acknowledgement	19
1.	குறியீடுகள் தோற்றமும் வளர்ச்சியும்	21
	ചിഹ്നങ്ങളുടെ ഉത്ഭവവും വികാസവും	33
	Symblos: Evolution and Expansion	45
2.	அளவைக் குறியீடுகள் അളവ് ചിഹ്നങ്ങൾ Measurement Symbols	56
3.	அளவை அல்லாத குறியீடுகள் അളവ് അല്ലാത്ത ചിഹ്നങ്ങൾ Non - Measurement Symbols	87
4.	கூட்டெழுத்துக் குறியீடுகள் കൂട്ടക്ഷര ചിഹ്നങ്ങൾ Joint - letter symbols	101
5.	ஆவணங்களில் தமிழ் எழுத்து வடிவங்கள் പ്രമാണങ്ങളിലെ തമിഴ് അക്ഷരഘടന Format of Tamil letter in Documents	105
6.	அளவை வாய்ப்பாடுகள்	108
	അളവിന്റെ സൂത്രവാക്യങ്ങൾ	118
	Measurement Formulae	127

7. நில அளவை வாய்ப்பாடுகளும் குறியீடுகளும் 137
ഭൂ അളവ് സൂത്രവാക്യങ്ങളും ചിഹ്നങ്ങളും
Land measurement formulae and symbols

8. ஒன்றின் கீழ் அமைந்த எண்மானம் 163
ഒന്നിന് താഴെയുള്ള സംഖ്യകൾ
Number under One

9. அளவைப் புகைப்படங்கள் 170
അളവുകളുടെ ഫോട്ടോകൾ
Photos of Measurements

துணை நூற்பட்டியல் 174
ഗ്രന്ഥസൂചിക
Bibiliography

பிற்சேர்க்கை 180
അനുബന്ധം
Appendix

அணிந்துரை

தமிழக வரலாற்றை வரைவதற்கான மூல ஆவணங்களாகக் கல்வெட்டுக்கள், செப்பேடுகள், ஓலைச்சுவடிகள் ஆகியவற்றைக் கொள்கிறோம். பழந்தமிழ் எழுத்துக்களில் எழுதப்பட்டுள்ள இவ்வாவணங்கள் புள்ளியிடப்படாமலும் குறில், நெடில் வேறுபாடுகள் இல்லாமலும் இன்னும் சிலவற்றில் பிழைகள் மலிந்தும் காணப்படுகின்றன. இவ்வளவு குறைபாடுகள் இருந்தாலும் இவற்றைப் படிக்கக்கூடியவர்கள் தங்களின் பட்டறிவைக் கொண்டு பிழைகளைத் தவிர்த்துத் தவறின்றிப் படித்து வெளியிடுகின்றனர். ஆனால், அத்தகைய வாசிப்பாளர்களின் எண்ணிக்கை மிகவும் குறைவே.

இந்த நிலையில் பல நிலக்கொடைக் கல்வெட்டுக்களில் நிலங்களின் அளவுகளைக் குறிக்கும்போது குறியீடுகளை மட்டும் பயன்படுத்தி எழுதியுள்ளனர். காணி, அரைக்காணி, முக்காணி, மாகாணி, வீசம், அரைவீசம், முந்திரிகை, மா போன்ற பல அளவீட்டுச் சொற்களுக்கு வெறும் குறியீடுகளையே பயன்படுத்தியுள்ளனர். ஒரு சில இடங்களில் மட்டுமே அளவுப் பெயர் சொல்லி அதோடு குறியீடுகளையும் சேர்த்து எழுதியுள்ளனர். இவற்றைக் கொண்டுதான் குறியீடுகளின் மதிப்பு அறியப்படுகிறது. குறிப்பாக நெல்லை, கன்னியாகுமரி மாவட்ட நில ஆவணங்களில்தான் இத்தகைய குறியீடுகள் அதிகம் காணப்படுகின்றன. இவற்றை எல்லோராலும் எளிதில் படித்துப் பொருள் காண்பது இயலாத செயல். ஆய்வாளர் சிவா இந்தத் துன்பத்தை உணர்ந்துள்ளார். அவரது தீவிர முயற்சியின் காரணமாகக் கல்வெட்டுக்கள், ஓலைச்சுவடிகளில் பயன்படுத்தப்பட்டுள்ள எண்ணல், முகத்தல், நிறுத்தல், நீட்டல் அளவைக் குறியீடுகளை ஆய்ந்து, தொகுத்து ஒரு கலைக்களஞ்சியமாக இந்நூலை ஆக்கியுள்ளார். எடுத்துக்காட்டாகப் பணம் என்னும்

சொல்  என்றும் நிலம் என்னும் சொல் 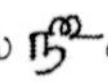 என்றும் குறிப்பிடப்படும். இவை எளிமையான குறியீடுகளாகத் தெரியலாம். ஆனால் கீழ்வாயிலக்கக் குறியீடுகளின் பொருள் அறிவது மிகவும் கடினம். அதிலும் கூட்டுக் குறியீடுகள் ஒரே நேரத்தில் எழுதப்பட்டிருப்பதை எளிதில் படித்தறிய முடியாது. இவற்றைப் பற்றிப் பலரும் ஆய்வுசெய்துள்ளனர். குறிப்பாகத் திருநெல்வேலி தொல்லியல் அலுவலராகப் பணியாற்றிய திரு.மா.செந்தில் செல்வக்குமரன் தனது முனைவர் பட்ட ஆய்வை இப்பொருள் பற்றி ஆய்வு செய்துள்ளார். இந்நூலாசிரியர் அவரது நூலையும் படித்து உள்வாங்கிக்கொண்டு இன்னபிற முன்னோடி நூல்களையும் கூர்ந்து நோக்கி இக்கலைக் களஞ்சியத்தைத் தொகுத்துள்ளார். இது ஒரு சீரிய அரிய முயற்சி. கல்வெட்டு, ஓலைச்சுவடி ஆய்வுப் பணியில் ஈடுபடுவோர்க்கு இந்நூல் ஒரு கைவிளக்காக அமையும் என்பது எனது எண்ணம். அண்மைக் காலங்களில் கல்வெட்டாய்வுகளிலும் தொல்லியல் அகழாய்வுகளிலும் இளம்தலைமுறையினர் அதிகமான ஆர்வம்காட்டி வருகின்றனர். அவர்களுக்கு மிகவும் தேவையான ஒரு நூல் இது என்றால் மிகையாது.

இந்நூலை உருவாக்க எடுத்துக்கொண்ட கடின உழைப்பிற்காகத் திரு.சிவா அவர்களை வெகுவாகப் பாராட்டுகிறேன். இதுபோன்ற அரிதான துறைகளில் இவர் தொடர்ந்து ஆய்வுசெய்து இன்னும் பல நூல்கள் வெளியிட வேண்டும் என வாழ்த்துகிறேன். தமிழ்க் கல்விப்புலம் இத்தகைய புதிய முயற்சிக்குத் துணை நிற்க வேண்டுமென்பது என் எதிபார்ப்பு.

மதுரை,
12.11.2022.

அன்பன்,
சொ. சாந்தலிங்கம்

Foreword

We take Inscriptions, Copper plates and Palm leaf manuscript as source documents for drawing the his tory of Tamil Nadu. These characters were written in old Tamil script. There are no punctuation marks; there is no distinction between short vowels and long vowels; and some of them are full of errors. Despite these shortcomings, those who can read them read and publish them without fail, avoiding errors with their knowledge. But the number of such readers is very low.

At this stage, in many land grant inscriptions, only symbols were used to indicate the extent of land. They have used symbols for many measurement terms like kāṇi, araikkāṇi, mukkāṇi, mākāṇi, vīcam, araivīcam, muntirikai, mā. Only in a few places have they written the name of the measurement along with the symbols. It is through these that the value of symbols is known. Especially in Nellai and Kanyakumari district land documents, such symbols are found more. It is impossible for everyone to read and understand these things easily. The scholar Siva has realized this difficulty. Due to his diligent efforts, he has analyzed and compiled the symbols of numerical quantity, weight, linear symbols used in inscriptions and palm leaf manuscripts and made this book an encyclopedia. For example, the word money is represented as ட and the word land is represented as ரு These may seem like simple symbols,but the meaning of the multifications of fraction symbols is very difficult to know. Moreover, it is not easy to read the combination of symbols written at the same time. Many people have attempted to study these aspects. In particular, Mr. Ma.SenthilSelvakumaran, who worked as Tirunelveli District Archaeological Officer, has conducted research on this subject in his doctoral thesis. The author of this book has read and assimilatedSelvakumaran's thesis, as well as other significant works, to compiled this repository.This is a unique and important endeavor. I think this book will be a guide for those who are involved in the study of inscriptions and archaeology. In recent times, the younger generation is showing more interest in petroglyphs and archeological excavations. It is no exaggeration to say that this is a much-needed book for them.

I highly appreciate Mr. Siva for the hard work he has put into making this book. I wish him to continue researching in such rare fields and publish more books. It is my expectation that the Tamil people should support this new initiative.

Madurai, **S. Santhalingam**
12-11-2022

என்னுரை

தமிழ்மொழிக் கல்வெட்டுக்களை நான் முதன் முதலில் படிக்கத் தொடங்கியது 2005இல்தான். குமரிமாவட்டக் கல்வெட்டுக்களை நான் மொழி ஆராய்ச்சி செய்தபோது கல்வெட்டுக்களின் இடையிடையே வரும் குறியீடுகள் மிகவும் சிரமம் ஏற்படுத்தின. இதன் காரணமாகக் குறியீடுகளின் பொருள் நோக்கிப் பயணிக்கத் தொடங்கினேன். குறியீடுகள் பற்றிய நூல்களும் கட்டுரைகளும் குறைந்த அளவிலேயே கிடைத்தன. குறியீடுகள் குறித்த ஆய்வு நூல் எதுவும் வெளியாகவில்லை என்பதை அறிந்து, 2017ஆம் ஆண்டு 'கல்வெட்டுக்களில் அளவைக் குறியீடுகள்' என்ற நூலை வெளியிட்டேன். இருந்தபோதிலும் மேன்மேலும் ஆராய வேண்டும் என்ற எண்ணம் ஏற்பட்டது. குறிப்பாகக் கேரளப் பல்கலைக்கழக ஓலைச்சுவடியல்துறை கருத்தரங்கில் கலந்து கொண்டபோது, குறியீடுகள் பற்றிய கலைக்களஞ்சியத்தை நான் வெளியிட உள்ளதாகச் சொன்னேன். கருத்தரங்கத்தார், குறியீடுகள் பற்றிய நூல் மலையாளம், ஆங்கிலம் ஆகிய மொழிகளிலும் இருந்தால் நன்றாக இருக்கும் என்று கேட்டுக் கொண்டனர். இந்நிகழ்வு நடந்தது 2019ஆம் ஆண்டின் இறுதியில். இதன் பிறகு கொரானா காலத்தைப் பயன்படுத்தி 'பழங்குறியீடுகள் கலைக்களஞ்சியம்' எனும் இந்நூலை எழுதி முடித்தேன். குறியீடுகள்–தமிழ் ஒலிப்பெயர்ப்பு-தமிழ்-தமிழ்–மலையாளம்–ஆங்கிலம் என்ற மொழிநிலையில் அமைந்த இக்கலைக்களஞ்சியம் கல்வெட்டுக்கள், ஓலைச்சுவடிகள், செப்புப் பட்டயங்களில் உள்ள குறியீடுகளைப் படிப்பதற்கு உதவும் என நம்புகிறேன். இந்நூல் முழுமை பெற்றுவிட்டதாக நான் நினைக்கவில்லை; தொடக்கமாகப் பார்க்கிறேன். இக்கலைக்களஞ்சியத்தில் காணப்படும் குறியீடுகள் அனைத்தும் நம் முன்னோர்கள் பயன்படுத்தியவை.

குறியீடுகளைத் தொகுத்ததும் அவற்றிற்குப் பல மொழிகளில் பொருள் விளக்கம் தந்ததும் மட்டுமே என் வேலை.

நான் முதன்முதலில் நன்றி கூற விரும்புவது பல்துறை அறிஞர் முனைவர் அ.கா. பெருமாள் அவர்களுக்குத்தான். என்னைக் கல்வெட்டு ஆய்விற்கு வழிகாட்டியவர். உலகப் புகழ் பெற்ற மிகச்சிறந்த பதிப்பகம் காலச்சுவடு வாயிலாக இந்நூலை வெளியிட முயன்றபோது, அதைத் தன் அன்பால் செய்துகாட்டியவர் முனைவர் அ.கா. பெருமாள் அவர்கள். என் முதல் கல்வெட்டுக் குருவிற்கு நன்றி!

முனைவர் பட்ட ஆய்வின்போது ஆய்வு நுணுக்கங்களைக் கற்றுத் தந்த என் குரு முனைவர் சி. சுப்பிரமணிய பிள்ளை அவர்களுக்கு நான் என்றென்றும் நன்றிக் கடப்பாடுடையவன்.

முனைவர் பட்ட ஆய்வு தொடங்கியதுமுதல் இன்றுவரை செம்பவள ஆய்வுத்தளம் இயக்குநரும் தமிழகத் தொல்லியல் கழகத்தின் தலைவருமான திரு. செந்தீ நடராசன் அவர்களோடு பயணித்து, அவரின் அனுபவங்களைப் பெற்றுவருகிறேன். அவருக்கும் நன்றி.

குறியீடுகள் பற்றிக் கள ஆய்வு செய்யும்போதெல்லாம் என்னுடன் பயணித்து எனக்காக உழைப்பைத் தந்தவர்; தருபவர் என் நலம் விரும்பி திரு.செல்வதரன் அவர்கள். மனதார அவருக்கும் நன்றி செலுத்த விரும்புகிறேன்.

அண்ணன் முனைவர் சு. தாமரைப்பாண்டியன் அவர்கள் ஓலைச்சுவடிகளிலுள்ள குறியீடுகள் பலவற்றையும் தந்துதவியவர். அவருக்கு நன்றி!

20 ஆண்டுகால என் உயிர்த்தோழி முனைவர் சு. முத்துலெட்சுமியின் ஒத்துழைப்பு, மலையாள மொழிபெயர்ப்புக்கு உதவியது. அவர்களின் ஆர்வமிகுந்த ஒத்துழைப்புக்கு நன்றி என்ற ஒரு சொல் ஈடாகாது.

மலையாள மொழிபெயர்ப்பை முழுமையாகத் திருத்தி, தட்டச்சு செய்து உதவிபுரிந்த என் உடன்பிறவா அக்கா முனைவர் ஓ. அஜிதாகுமாரி அவர்களுக்கு மிக்க நன்றி!

என் ஆங்கில மொழிபெயர்ப்பைத் திருத்தித் தந்தவர்கள் பேரா. டாக்டர் பாரதிராஜ், பேரா. சரோஜினி அவர்கள். அனைவருக்கும் மிக்க நன்றி!

இந்நூலில் இடம்பெறும் அளவைகளுக்கான பின்னக் குறியீடுகளை வடிவமைத்துத் தந்தவர் கணிதத்துறை பேரா. முனைவர் அரிநாயகம். அவருக்கும் என் நன்றி!

நான் கையால் வடிவமைத்த குறியீடுகளைச் சிறந்த முறையில் நூலாக்கம் செய்த காலச்சுவடு வி. பெருமாள் அவர்களுக்கும் தட்டச்சு செய்த செல்வி ஹெமிலா அவர்களுக்கும் நன்றி!

நூல் உருவாக்கத்தின்போது நல்லாலோசனைகள் வழங்கிய காலச்சுவடு பா.கலா அவர்களுக்கும் ஜெபா அவர்களுக்கும் என் மனமார்ந்த நன்றி!

எல்லாவற்றுக்கும் மேலாக இந்நூலை வெளியிடும் காலச்சுவடு பதிப்பகத்தின் உரிமையாளர் பெரும் மதிப்பிற்குரிய கண்ணன் அவர்களுக்கும் மிக்க நன்றி!

என்னை ஈன்றெடுத்த அன்னை தெய்வத்திருமதி சு.வசந்தா அவர்களுக்கும் தந்தை ஆ. சுடலையாண்டி பிள்ளை அவர்களுக்கும் என் அன்பு மனைவி நீ. செண்பகதேவிக்கும் என் அருமை மகன் எஸ்.எஸ். தமிழ் வசந்துக்கும் அன்பில் தோய்ந்த நன்றி!

அன்புடன்
சு. சிவா

Acknowledgement

I started reading Tamil inscriptions in 2005. When I analyzed the language of the inscriptions of the Kanyakumari District, I was eager to commence the journey of learning more about the meaning of symbols in these inscriptions. Books and articles on symbols were available, but only to a limited extent. Realizing that there were not much books on these symbols, I published a book titled 'Measurement Symbols in Inscriptions' in 2017. However, I felt the need to explore more. When I attended the Seminar organised by the Manuscripts Department of University of Kerala, I putforth my idea to publish an encyclopedia on symbols in the inscriptions. The panelists of the seminar suggested that it would be better if the book on symbols could be published in Malayalam and English as well. The event took place towards the end of 2019. Soon after, I wrote the book 'Encyclopedia of Ancient Symbols' during the Covid-imposed lockdown period. I hope this encyclopedia of symbols (symbols - Transliteration of Tamil-Tamil-Tamil-Malayalam-English) will help researchers in this field, especially the beginners who wish to learn about symbols, read the symbols in inscriptions, manuscripts and copper plates etc. All the symbols found in this encyclopedia were those which had been used by our ancestors. My intention here is only to compile these symbols and interpret them in several languages.

At the outset, let me express my sincere and heartfelt gratitude to the versatile scholar Dr. A.K. Perumal, who guided me in the study of inscriptions and helped me in all possible ways to get this book published by the renowned publisher, Kalachuvadu.

I am eternally grateful to my mentor, Dr. C. Subramania Pillai, who taught me the nuances of research during my doctoral studies.

I am also grateful to Mr. ChentheeNatarasan, Director of Chembavala Research Base & Head of Archaeological Society (Tamil Nadu) who had been of immense help since the beginning of my doctoral research. I have been traveling with him since 2005, and continue to avail his support and guidance.

I would love to heartily thank my well-wisher Mr. Selvatharan who had traveled with me and supported in my field research on symbols.

I am very grateful for the great support of Dr.S.ThamaraiPandian, who gave me some symbols from manuscripts.

My sincere gratitude to dear friend Dr. S Muthulakshmi, without whom I would not have ventured into Malayalam translation.

I also remain thankful to Dr. O. Ajitha Kumari for proof-reading and editing the Malayalam translation.

My hearty gratitude to Dr. K. Bharathiraj and Assistant Professor. M.P. Sarojini for who have edited and proof-read my English translation.

I heartily thank Dr. Arinayakam, Department of Mathematics for designing the fraction appearing in this book.

I would always cherish the blessings of my parents Mrs. Vasantha and Mr. Sudalaiyandi Pillai.

I am thankful to my beloved wife Shenbaga Devi for her moral support, and to my son Tamizh Vasanth for his fondness.

The assistance given by Kalachuvadu staff isinvaluable. Perumal had tirelessly worked on fine tuning my hand-designed symbols. Kala and Jeba had given suggestions during the preparation of this book. R. Hemila had diligently typeset the book. I am thankful to all of them.

Above all, my heartfelt thanks to. Mr. Kannan, the publisher of Kalachuvadu, for publishing this book.

With Love
S. Siva

1

குறியீடுகள் தோற்றமும் வளர்ச்சியும்

மொழியின் சிறப்பு

மொழி மனிதர்கள் வாழ்வில் இன்றியமையாத பங்கு வகிக்கின்றது. அது மாந்தர் தம் உள்ளத்துணர்வை அழகாக வெளிப்படுத்துகிறது. ஒலியும் அது உணர்த்தும் பொருளும் தொடர்புப்படுத்தியதே மொழி என்றாகிறது. மொழிக்கும் பொருளுக்கும் தொடர்பு எவ்வாறு தோன்றியது என்பதை அறியமுடியாது என்ற கருத்தை,

> "மொழிப் பொருள் காரணம் விழிப்பத் தோன்றா"
> (உரியியல் – 877)

என்ற வரியில் குறிப்பிடுகிறார் தொல்காப்பியர்.

ஒரு மொழி சாதாரண மக்களின் படைப்பே ஆகும். பேச்சு வழக்கு, எழுத்து வழக்கு என இரண்டு நிலை ஒரு மொழியில் இருப்பினும் பேச்சு மொழியே ஒரு மொழியின் உயிராக விளங்குகிறது. இன்று உலகம் முழுவதும் 7000க்கும் மேற்பட்ட மொழிகள் வழக்கில் உள்ளதாக ஒரு தகவல் உள்ளது. அதில் 2000 மொழிகள் இந்தியாவில் மட்டும் பேசப்படுவதாகக் கூறப்படுகிறது. இதனால் இந்தியா மொழிகளின் காட்சிசாலை *(Museum of languages)* என்று அழைக்கப் பெறுகிறது. ஒவ்வொரு இரண்டு வாரங்களுக்கும் ஒரு மொழி அழிந்து வருவதாக ஐக்கிய நாடுகள் சபை தெரிவிக்கிறது. வரிவடிவங்கள் இல்லாத மொழிகளே அதிகம் அழிந்து வருகின்றன. தமிழ்மொழி மிகச்சிறந்த அடித்தளத்தைக் கொண்டுள்ளன என்பதில் சந்தேகம் இல்லை.

மொழியியலாளர்கள் மொழித்தோற்றம் குறித்த ஆய்வைக் குரங்குகளிடமே தொடங்கினர். குரங்குகள் தம் கூட்டத்திடம் 31 வித சைகைகளையும் 18 விதமான முகபாவனைகளையும் வெளிப்படுத்தியுள்ளன என்ற கருத்து உள்ளது. குரங்குகளின் பரிணாம வளர்ச்சிதான் மனிதன் என்பது எல்லாருக்கும்

தெரிந்ததே! மொழியானது சைகை, ஒலி, வரிவடிவமாகிய எழுத்து, சொல், தொடர் என விரிகிறது.

மொழியை வளர்த்த கருவிகள்

மனிதனின் தொடக்ககால கருத்துக்கள் ஓவியங்களாகவும் குறியீடுகளாகவும் வெளிப்பட்டன. மக்கள் தம் எண்ணங்களைச் சுருக்கமாகக் கூற எண்ணியதன் விளைவே குறியீடுகள் தோன்றுவதற்கு அடிப்படைக் காரணமாக அமைந்தன. சிந்துவெளி நாகரிகம் தொடங்கி கி.பி பத்தொன்பதாம் நூற்றாண்டுவரை மக்கள் அதிகளவில் கல்வெட்டுக்களிலும் ஓலைச்சுவடிகளிலும் செப்பேடுகளிலும் பானை ஓடுகளிலும் நாணயங்களிலும் குறியீடுகள் பயன்படுத்தி எழுதியுள்ளனர்.

மொழிக்கு எழுத்து வழக்கு உருவான பின்பு மனிதர்கள் தம் கருத்தைப் பல வடிவங்களில் வெளிப்படுத்தினர். கல், களிமண், உலோகம், பலகை, மரப்பட்டை, தோல், தந்தம், சங்கு, சிப்பி, துணி, கற்பாறைகள், தூண்கள், கோவில் சுவர்கள், செப்பேடுகள், காசுகள் மற்றும் ஓலைச்சுவடிகள் போன்றவற்றைப் பயன்படுத்தி எழுதியுள்ளனர். இவை பண்டைய நாகரீகங்கள், பண்பாடு, வரலாறு முதலியவற்றை அறிந்துகொள்ள முக்கிய பங்காற்றுகின்றன.

தமிழ்நாட்டில் அகழாய்வுகளும் சிந்துசமவெளிக் குறியீடுகளும்

தமிழ்நாட்டில் இதுவரை பரிக்குளம், திருத்தங்கல், மாங்குடி, மோதூர், கோவலன் பொட்டல், ஆனைமலை, பல்லவமேடு, போளுவான் பட்டி, பேரூர், பனையகுளம் குரும்பன்மேடு, கண்ணனூர், திருக்கோவிலூர், வசவசமுத்திரம், பூம்புகார், தொண்டி, கொற்கை, அழகன்குளம், பட்டரைப் பெரும்புதூர் உள்ளிட்ட 40க்கும் மேற்பட்ட இடங்களில் அகழாய்வுப் பணிகள் நடந்துள்ளன. அவற்றுள் கீழடியில் நடந்த அகழாய்வுப் பணி தமிழரின் தொன்மை வாழ்க்கையைத் தெரிவிப்பதாக (2600 ஆண்டுகள் முந்தையது) உள்ளது.

கீழடியில் கிடைத்துள்ள செங்கல் கட்டுமானங்கள், உறைக் கிணறுகள், கூரைஓடுகள், தங்க அணிகலன்கள், செப்புப் பொருட்கள், இரும்புக் கருவிகள், கண்ணாடி மற்றும் மணிக்கற்கள், மட்பாண்டங்கள் உள்ளிட்ட பொருட்களின் வாயிலாகத் தமிழர் நாகரிகம் வளர்ச்சி அடைந்த நிலையில் இருந்ததை அறியமுடிகிறது. கீழடி, தொடக்ககாலம் முதல் தற்காலம் வரை மனித வாழ்விடத்திற்கு உகந்ததாக உள்ளது.

கீழடியில் எடைக் கருவிகளும் (வளவளப்பான உருளை வடிவிலும் கீழ்ப்பகுதி தட்டை நிலையிலும் நான்கு நிறுத்தல் அளவு எடைக் கருவிகள் 8, 18, 150, 300 கிராம் என்ற அளவில் கிடைத்துள்ளன) கண்டெடுக்கப்பட்டுள்ளன. இதன் வாயிலாக வாணிபம் சிறப்புற நடந்தது தெளிவாகிறது. சிந்துவெளி அகழாய்விலும் எடைக்கற்கள் கிடைத்துள்ளன. ஆனால் 300 கிராம் என்ற அளவில் கிடைப்பது இதுவே முதல் முறை. மேலும், கிடைத்த 50க்கும் மேற்பட்ட உடைந்த மட்கலத்துண்டுகளில் தமிழி எழுத்துக்கள் நம்

பழைமையைத் தெரிவிக்கின்றன. தமிழியின் காலம் கி.மு 6ஆம் நூற்றாண்டு எனத் தெரிய வருகிறது. எழுத்தறிவு பெற்ற சமூகமாகத் தமிழ்க்குடி விளங்கியுள்ளது தெளிவு.

தமிழகத்தில் அழகன்குளம். கொடுமணல், கரூர், தேரிருவேலி, உறையூர், மாங்குளம், பேரூர் உள்ளிட்ட அகழாய்வுகளில் குறியீடுகள் கிடைத்துள்ளன. குறியீடுகள் பெருங்கற்காலம், இரும்புக்கால மக்களின் எண்ணத்தைப் பிரதிபலிக்கும் எழுத்து வடிவமாகும். (பக்–7, கீழடி – வைகை நதிக்கரையில் சங்ககால நாகரிகம், தமிழ்நாடு அரசு தொல்லியல் துறை, 2019).

கொடுமணல் உள்ளிட்ட இடங்களில் கிடைத்த குறியீடுகள் ஏதோ ஒரு கருத்துப் பரிமாற்றத்திற்கோ அல்லது ஏதோ ஒரு செய்தியைக் கூறவோதான் கீறப்பட்டுள்ளன. ஆனால் அவை தரும் பொருள் இன்றுவரை விளக்கம் பெறவில்லை.

கீழடியில் கிடைத்த பெரும்பாலான மட்பாண்டங்களில் (கருப்பு, சிவப்பு. கருப்புச்சிவப்பு) கீறல்களும் குறியீடுகளும் வடிவங்களும் காணப்படுகின்றன. சுடுவதற்கு முன்பும் பின்பும் பொறிக்கப்பட்ட நிலையில் கிடைத்துள்ளன.

இலங்கையில் திசம ஹரம, கந்தரோடை, மாந்தை, ரிதியகாமா போன்ற ஊர்களிலும் கீழடியில் கிடைத்தது போல் குறியீடுகள் கிடைத்துள்ளன.

இந்திய துணைக்கண்டத்தில் தமிழகத்தில் குறியீடுகள் பரந்துபட்ட நிலையில் சேகரிக்கப்பட்டுள்ளன. தென்னிந்தியாவில் கிடைக்கும் குறியீடுகளில் தமிழ்நாட்டில்தான் 75% கிடைக்கின்றன. சிந்துவெளியில் கிடைத்த குறியீடுகளும் கீழடி குறியீடுகளும் ஒரே அமைப்பில் உள்ளன என்பது, மொழி மற்றும் குறியீடுகள் குறித்த ஆய்விற்கு உறுதுணையாக இருக்கும் என்பதில் சந்தேகம் இல்லை.

குறியீடுகள் அல்லது கீறல்கள் தமிழிக்கு (பிராமி) முந்தைய வரிவடிவங்களா? அல்லது ஒரு மொழி அமைப்பைக் கீறல்கள் கொண்டிருந்தனவா? கீழடியில், குறியீடுகளும் தமிழி எழுத்துக்களும் அடுத்தடுத்த அகழாய்வில் கிடைத்துள்ளன என்பதெல்லாம் உற்று ஆராய வேண்டிய தருணமாக உள்ளது.

இந்தியாவில் கிடைத்த வரிவடிவங்களில் மிகவும் தொன்மை வாய்ந்தது சிந்துவெளி வரிவடிவங்களாகும். 4500 ஆண்டுகள் முந்தையதாக உள்ளது. சிந்துவெளி வரிவடிவத்திற்கும் தமிழி வரிவடிவத்திற்கும் இடையில் ஒரு வரிவடிவம் இருந்ததாகத் தொல்லியல் ஆய்வாளர்கள் தெரிவிக்கின்றனர். இவ்வரிவடிவத்தைக் குறியீடுகள் என்றும் கீறல்கள் என்றும் குறிக்கின்றனர். சிந்துவெளி எழுத்துக்களை எப்படி முழுமையாகப் படித்துப் பொருள் கொள்ளமுடியவில்லையோ அதுபோல இவற்றையும் முழுமையாக அறியமுடியவில்லை என்பது தொல்லியலாளர்கள் தரும் கருத்தாக இருக்கிறது. இவை சிந்துவெளி வரிவடிவத்தின் நீட்சியாகவும் தமிழி வடிவத்தின் முன்னோடியாகவும் கருதப்படுகின்றன.

அண்மையில்கூட (14/03/2021) ராமநாதபுரம் மாவட்டம் - திருஉத்திரகோச மங்கையில் சுமார் 20 ஏக்கர் பொட்டல் பகுதியில் பானை ஓடுகள் கிடைத்துள்ளன. இங்குக் கண்டெடுக்கப்பட்ட 3 குறியீடுகள்

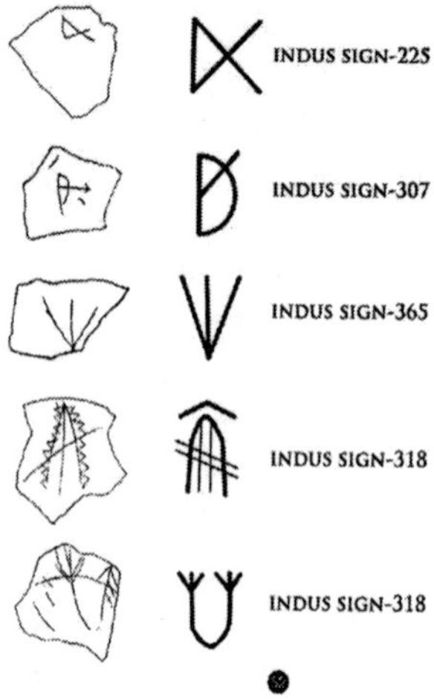

கீழடியும் சிந்து வெளியும்

கீறல்களும் குறியீடுகளும் – கீழடி

கீழடி ஆகழாய்வில் எடைக்கற்கள் கண்டெடுப்பு

உத்தரகோசமங்கை சிந்துவெளிக் குறியீடுகள்

சிந்துசமவெளியில் கிடைத்த குறியீடுகள் எண் 125 ('த' வடிவம்), 137 (பெருக்கல் குறியீடு), 365 (மூன்று கோடுகள் ஒரு புள்ளியில் சந்திக்கும் சூலம்) போல அமைந்துள்ளன. இக்குறியீடுகள் கீழடி அகழாய்விலும் கிடைத்துள்ளன. இக்குறியீடுகளைக் களஆய்வு செய்து வெளிப்படுத்தியவர்கள் ஆசிரியர் முனியசாமி மற்றும் அவரது மாணவர்கள் விஷால், அருள்தாஸ் ஆவர்.

கல்வெட்டுக்களில் அளவைகளும் குறியீடுகளும்

கல்லில் பொறிக்கப்படும் எழுத்துக்கள் கல்வெட்டுக்கள் எனப்படுகின்றன. வரலாற்றை வெளிப்படுத்துவதில் கல்வெட்டுக்கள் முதன்மை இடத்தைப் பெறுகின்றன. தமிழ்மொழி சார்ந்த கல்வெட்டுக்கள்தான் இந்தியாவில் அதிகம் கிடைக்கின்றன.

தமிழ்நாட்டில் கிடைக்கின்ற பெரும்பாலான கல்வெட்டுக்கள் கோவில்களில்தான் கண்டெடுக்கப்பட்டுள்ளன. அக்கல்வெட்டுக்கள் கொடைச் செய்திகளை மிகுதியாகக் கூறுகின்றன. அரசர்கள் கோவிலுக்கும் மக்களுக்கும் கொடுத்த கொடைச் செய்திகளும் தனி மனிதர்கள் கோவிலுக்குக் கொடுத்த தானதர்மங்களும் கல்வெட்டுச் செய்திகளாக நமக்குக் கிடைக்கின்றன. அறச்செயல்களை மற்றவர்கள் அறியும்படிச் செய்வதுதான் கல்வெட்டுக்களின் நோக்கமாக அமைந்தன எனலாம். கொடைகள் பொன்னாகவும் பொருளாகவும் நிலமாகவும் அளிக்கப் பெற்றன. அக்கொடைப் பொருட்கள் சரியான அளவில் அளந்து கொடுத்துள்ளனர். இதன் காரணமாகவே கல்வெட்டுக்களில் அதிகளவில் அளவைப் பெயர்களும் குறியீடுகளும் இடம்பெற்றுள்ளன.

குறைவான இடத்தில் தெளிவான அல்லது அதிக செய்திகளைத் தருவது குறியீடு எனலாம். எடுத்துக்காட்டாக அரைக்காணி என்ற இடத்தில்  என்னும் அடையாளத்தை இடுவதைக் குறிப்பிடலாம்.

மிகுதியும் அளவைகள் பற்றியே குறியீடுகள் அமைந்துள்ளன. கல்வெட்டுக்களிலும் ஓலைச்சுவடிகளிலும் செப்பேடுகளிலும் இடையிடையே வரும் குறியீடுகள் படிப்பதற்குச் சிரமம் ஏற்படுத்தும். குறியீடுகளையும் கூட்டெழுத்துக்களையும் படித்து வழக்கப்படுத்திக் கொண்டால் எளிதாக அமையும்.

ஓலைச்சுவடிகள்

ஓலைச்சுவடிகள் இலக்கியம், சித்த மருத்துவம், சோதிடம், கதைப்பாடல்கள், நாடகங்கள், விடுகதைகள், பழமொழிகள், வசனக் கதைகள், கணக்கு நூல்கள், வரலாற்று ஆவணங்கள், சமயம், புராணம், இசைப்பாடல்கள், ஒயில் கும்மி, ஒயிலாட்டம், மந்திரம், சாத்திர நூல்கள், நிகண்டு, அகராதிகள், சங்கேத ஆவணங்கள் (மோடி ஆவணங்கள்), பள்ளி மாணவர்கள் அரிச்சுவடி, எண்சுவடி, வணிகம் எனப் பல்வேறு பொருண்மையில் காணக்கிடைக்கின்றன.

அரசாட்சிக் காலத்தில் ஓலைச்சுவடிகள், கல்வெட்டுக்கள், செப்பேடுகள், நாணயங்கள் மிகவும் முக்கியம் வாய்ந்தவையாக இருந்தன. ஒரு செய்தி

முதன்முதலில் ஓலைச்சுவடிகளில்தான் பதிவுசெய்துள்ளனர். அரசன் ஆணை கொண்ட ஓலை திருமுகம் எனப்பட்டது. ஓலைகளிலிருக்கும் செய்திதான் பின்பு கல்வெட்டுக்களிலும் செப்பேடுகளிலும் பதியப்படும். கல்வெட்டுக்கள் பொதுமக்களின் பார்வைக்கு வைக்கப்படும். ஓலைச்சுவடிகளும் செப்பேடுகளும் அரசிடம் இருந்ததாகத் தெரிகிறது. அரசன் வாய்மொழியாகக் கூறும் கருத்துக்களைக் கேட்டுச் சொல்பவன் திருவாய்க்கேழ்வி என அழைக்கப்பட்டுள்ளான். இவர்கள் கூறியதும் கல், ஓலை, செப்புப் பட்டயங்களில் பதிவாகி இருக்கலாம்.

தனிமனிதன் கோவிலுக்குக் கொடுத்த கொடைகள் பட்டயங்களாகவும் (கருமபுரம் கண்ணாளரில் ஆமணச்சி எழுதின பட்டயமாவது பிள்ளையார் சுவாமிக்கு உபயத்துக்கு ... கன்னியாகுமரிக் கல்வெட்டுக்கள் தொகுதி எண் *1/1968/27*) ஓலை தானப்பிரமாணமாகவும் (எம்பிரான் சீபண்டாரத்துக்கு செம்பி நாட்டு அரங்கன் பெருமாளேன் தானப்பிறமாணஞ் செய்து குடுத்த பரிசாவது . . . கன்னியாகுமரிக் கல்வெட்டுக்கள் தொகுதி எண் *1/1968/28*). கொடுக்கப்பட்டுள்ளன. அவை கல்வெட்டுக்களிலும் பொறிக்கப்பட்டுள்ளன. அரசன் ஆணைகள் மட்டுமே ஓலை, செப்பேடு, கல்வெட்டு ஆகிய மூன்று வடிவங்களிலும் பதிவிடப்பட்டுள்ளன.

தமிழ்நாட்டில் ஓலைச்சுவடிகளின் பயன்பாடு அதிகம். ஓலைக்கணக்கர், எழுத்தாளன், நூலியலார் ஆகியோர் இலக்கியங்களில் ஓலை எழுதியவர்களாகவும் பயன்படுத்தியவர்களாகவும் குறிக்கப்படுகின்றனர் (முறையே நாலடியார் *397*, அகம்– *84, 207*, குறுந்–*90*).

கல்வெட்டுக்களில் மத்யஸ்தன், கரணத்தான், ஊர்–கோவில்– நகரக்கணக்கர்கள், திருமந்திர ஓலை, திருமந்திர ஓலைநாயகம், திணை ஆகியோர் ஓலை ஆவணங்கள் எழுதியவர்களாகச் சுட்டப்பெறுகின்றனர் (ஓலைச்சுவடிகளில் எழுத்து முறை, சு.இராசகோபால், பக்கம்*108*, ஆவணம் இதழ் *8*, தமிழகத் தொல்லியல் கழகம்).

ஓலைச்சுவடிகளிலும் கல்வெட்டுக்களிலும் எழுதியோர் பற்றிய குறிப்புகள் இருந்தாலும் தப்பும் தவறுமாகத்தான் எழுத்துக்களும் சொற்களும் வாக்கியங்களும் பதிவாகியுள்ளன. செய்திகளில் தவறு பற்றி இங்குக் குறிப்பிடவில்லை.

ஓலைச்சுவடிகளில் ஏற்படும் இந்தத் தவறுகளை ஏட்டுக்குற்றம், சொற்குற்றம், வாசகப்பிழை, வரி மாறாட்டம் எனச் சுவடி ஆய்வளர்கள் அழைக்கின்றனர். எலிகடி, வெட்டுச்செதுக்கு, செல் அரிப்பு போன்றவையும் குற்றங்களாகக் கருதப்பட்டன.

ஓலைச்சுவடிகளில், சொற்கள் குறில் நெடில் வேறுபாடுகளோடும் கூட்டெழுத்துக்களோடும் லகர, ழகர, ளகர, ணகர, நகர, னகர, ரகர, றகர வேறுபாடுகளோடும் குறியீடுகளோடும் அமைந்துதான் காணப்படும்.. ஓலை கிழிந்துவிடும் காரணத்திற்காக மெய் எழுத்துக்களில் புள்ளி இடம் பெறுவதில்லை. இதே மாதிரி அமைப்புதான் கல்வெட்டுக்களிலும் உள்ளன.

கல்வெட்டுக்கள் ஒரு முறை எழுதுவதோடு அமைந்து, காலம் காலமாக வரலாற்றை வெளிப்படுத்தும். ஓலைச்சுவடிகள் *400* ஆண்டுகள்வரை

நன்றாகப் பாதுகாக்க முடியும். அதன் பிறகு மறுபிரதி செய்யவேண்டும். அப்படிப் படியெடுப்பதை ஏடு திருப்புதல், பிரி நகல், சபாது என்று அழைத்தனர்.

அச்சு இயந்திரங்கள் கண்டுப்பிடிக்கப்பட்ட பிறகு செய்திகள், தாள் வடிவில் மாறிவிட்டன. எவ்வளவு நூல்கள் வேண்டுமானாலும் படியெடுத்துக் கொள்ளலாம். ஓலைச்சுவடிகளில்தான் ஒரே தலைப்புடைய சுவடிகள் மூலச்சுவடிகளா? பிரதிச் சுவடிகளா? வழிச் சுவடிகளா? எனப் பார்க்க வேண்டும்; தாளில் அச்சிடப்பெற்ற செய்திகளுக்கு அந்தத் தேவை இல்லை. நவீன கண்டுப்பிடிப்புகள் நம் வாழ்வை மாற்றிவிட்டன. கல்வெட்டுக்கள் மற்றும் ஓலைச்சுவடிகளில் எழுதும் வழக்கம் குறைந்துவிட்டன. தற்போதும் அரசாங்கம், நாணயங்கள் அச்சிடுவதையும் கல்வெட்டுக்கள் பொறிப்பதையும் வழக்கமாகக் கொண்டுள்ளன. இருப்பினும் அவை பழைய ஈர்ப்பைத் தரவில்லை. ஓலைச்சுவடிகள் சுத்தமாக வழக்கில் இல்லை எனலாம்.

செப்பேடுகள்

இயற்கையாக ஓலைச்சுவடிகள் அழிவதுபோல் செப்பேடுகள் அழிவதில்லை. பண்டைய மக்கள் செப்பேடுகளைப் பாதுகாப்பதற்காகத் தேவைப்பட்டால் பூமியிலும் புதைத்து வைத்துள்ளனர். செம்பின் உபயோயகத்துக்காகச் செப்பேடுகள் பலவும் அழிக்கப்பட்டன. இந்தியாவில் இதுவரையில் 1561 செப்பேடுகள் கண்டெடுக்கப்பட்டதாக ஒரு தகவல் உள்ளது (தமிழ்நாட்டில் மட்டும் 489 செப்புப் பட்டயங்கள் கிடைக்கப் பெற்றுள்ளன). இதுக்கும் மேல் இருந்திருக்கும் என்பதில் ஐயமில்லை. ஆய்விற்குச் செப்புப் பட்டயங்கள் எடுத்துக் கொள்ளவில்லை. இருப்பினும் ஒரே செய்தி கல்வெட்டு, ஓலைச்சுவடி, செப்புப்பட்டயம் எனப் பொறிக்கப்பட்டிருந்ததால், செப்புப் பட்டயம் படிப்பதற்கும் இக்கலைக்களஞ்சியம் உதவும்.

மறைந்த பழைய அளவைகள்

ஆங்கிலேயர் உட்பட நம்மை ஆண்டவர்களால் நம்முடைய நுண்ணிய அளவை முறைகளில் மாற்றம் ஏற்படத் தொடங்கியது. நவீன வாழ்க்கை, உலகோடு ஒட்டியமுறையில் ஆகிவிட்டதால் நாம், நம் அடையாளத்தை இழந்துவிட்டோம்.

எண்ணல் அளவையில் முந்திரி, அரைக்காணி, மா, வீசம், போன்ற பின்ன எண் அளவுகள் எந்த அளவுக்கு வழக்கத்தில் உள்ளன என்பது தெரியவில்லை. நிலம் வைத்திருப்போரில் வயதானவர்கள் சிலவற்றைப் பயன்படுத்துகின்றனர். கணிதத்தில் பின்ன எண்கள் பயன்பாட்டில் உள்ளன.

முகத்தல் அளவைகள் முற்றிலும் மாறிவிட்டது எனலாம். எடுத்துக்காட்டாக முகந்தும் பெய்தும் அளக்கப்பட்ட எண்ணெய், பால், நெய் உள்ளிட்ட திரவப் பொருட்கள் போன்றவை இன்று, நிறுத்து கிலோ கணக்கில் அளக்கப்படுவதைச் சுட்டலாம். உழக்கு, ஆழாக்கு, கோட்டை, மரக்கால் எனச் சில அளவுகளே வழக்கில் உள்ளன.

பழைய நிறுத்தல் அளவையில் குன்றி, மஞ்சாடி, பலம் போன்ற அளவைகள் தற்காலத்தில் பழக்கத்தில் இல்லை என அறுதியிட்டுக் கூறலாம். மில்லி கிராம், கிராம், கிலோ என மாறிவிட்டோம் . எடைக்கற்கள் தெரு வியாபாரிகளிடம் பயன்பாட்டில் உள்ளன, நிறுத்தல் அளவைக்கு நவீன மின்சார இயந்திரங்கள் வந்துவிட்டன.

நீட்டல் அளவையில் கோல், பாடகம் போன்ற அளவுகள் மறைந்து சாண், முழம் என ஒரு சில அளவைகள் பயன்படுத்தப்படுகின்றன. தற்காலத்தில் ஹெக்டேர், ஏக்கர், சென்ட், மீட்டர் என வழக்கப் படுத்தியுள்ளோம்.

ஒரு குறிப்பிட்ட எண்களுக்கும் அளவைக்கும் ஒன்றுக்கும் மேற்பட்ட குறியீடுகள், பல்வேறு பொருள் தரும் ஒரே குறியீடுகள் கலைக்களஞ்சியத்தில் இடம்பெற்றுள்ளன. இவை காலந்தோறும் பல்லவர்கள், பாண்டியர்கள், சோழர்கள், சேரர்கள், வேணாடு, திருவிதாங்கூர் இஸ்லாமியர்கள், நாயக்கர்கள் என மாறிய அரசாட்சியின் விளைவாகவும் மக்களின் இடம் மாற்றம் காரணமாகவும் எழுத்து முறைகளிலும் குறியீடுகளிலும் தாக்கத்தை ஏற்படுத்தியிருக்கலாம்.

முதல் கலைக்களஞ்சியம்

குறியீடுகள் பற்றி எந்த நூலும் இதுவரை கலைக்களஞ்சியம் வடிவில் வெளிவரவில்லை என்ற குறையைப் போக்கும் வகையில் இக்கலைக்களஞ்சியம் வெளிவருகிறது.

இக்கலைக்களஞ்சியத்திற்கு அடிப்படை ஆய்வுமூலமாக கல்வெட்டுக்களில் அளவைக் குறியீடுகள் – நெய்தல் பதிப்பகம், சென்னை (இந்நூல் ஆசிரியர் எழுதியது) என்ற நூல் அமைகிறது. ஆயிரம் (1000) கல்வெட்டுக்களை அடிப்படையாகக் கொண்ட இந்நூலில், 190க்கும் மேற்பட்ட குறியீடுகள் இடம்பெற்றுள்ளன.

குறியீடுகள் பற்றிய நூல்கள்

குறியீடுகள் பற்றி, தண்டபாணி சுவாமிகள் இயற்றிய அறுவகை இலக்கணம், கொறுக்கையூர் காரிநாயனாரின் கணக்கதிகாரம், கணித நூல், ஆறுமுக நாவலரின் பாலபாடம், புலவர் பா. கண்ணனின் தமிழ்ச் சுவடிகளில் எண்கணிதம், மதுரை நாவிலிப் பெருமாளின் ஆஸ்தான கோலாகலம், பெரிய கெட்டிலக்கம், முனைவர் சு. சிவா எழுதிய கல்வெட்டுக்களில் அளவைக் குறியீடுகள் உள்ளிட்ட நூல்களில் காணலாம்.

குறியீடுகள் பற்றிய கட்டுரைகள்

திரு.சா. கணேசனின் தமிழகத்து அளவை முறை என்ற கட்டுரை, எண்ணல் அளவைக் குறியீடுகள் பற்றியும் (கி.பி. 1968 கையேடு, இரண்டாவது உலகத்தமிழ் மாநாடு, சென்னை), முனைவர் இராசகோபாலின் ஓலைச்சுவடிகளில் எழுத்துமுறை என்ற கட்டுரை ஓலைச்சுவடிகளில் அளவைக் குறியீடுகள், சுருக்கக் குறியீடுகள் பற்றியும் (1997, ஆவணம் இதழ்–

8, தமிழகத் தொல்லியல்கழகம், தஞ்சாவூர்) முனைவர் இராசகோபாலின் தமிழ்ப் பிராமிக் கல்வெட்டுக்களில் குறியீடுகள் என்ற கட்டுரை கழஞ்சு, நான்கு எண்கள் பற்றியும் (ஆவணம் இதழ் 4, தமிழகத் தொல்லியல் கழகம், தஞ்சாவூர்) கல்வெட்டறிஞர் ஐராவதம் மகாதேவன் அவர்களின் அழகன்குளம் பானை ஓட்டில் எண் இலக்கங்கள் (2004, ஆவணம் இதழ் 15, தமிழகத் தொல்லியல்கழகம் , தஞ்சாவூர்) என்ற கட்டுரை பிராமிக் குறியீட்டு எண்கள் (எட்டு, நூறு, நான்கு ஆகிய எண்கள்) பற்றியும் விளக்குகின்றன.

முனைவர் சு.சிவா (இந்நூலாசிரியர்) அறுவகை இலக்கணம் கூறும் அளவைக் குறியீடுகள் என்ற கட்டுரையில் தண்டபாணி சுவாமிகள் சூத்திர வடிவில் கூறிய குறிப்புக்களை 55 குறியீடுகளாக (முந்திரி – 2 குறியீடுகள், அரைக்காணி – 2 குறியீடுகள், முக்காணி, காணி – 2 குறியீடுகள், மா – 2 குறியீடுகள், ஒருமா – 2 குறியீடுகள், இருமா – 2 குறியீடுகள், மும்மா – 2 குறியீடுகள், நான்மா – 2 குறியீடுகள், கால் – 2 குறியீடுகள், அரை – 2 குறியீடுகள், முக்கால் – 2 குறியீடுகள், அரைமா, அரைக்கால், ஒன்று முதல் பத்து, ஆயிரம், ஆழாக்கு, உழக்கு, நாழி, குறுணி, பதக்கு, தூணி, கலம், ஆக, இக்கு, நெல், சங்கிலி, மாகாணி, மூன்று மாகாணி, கோடி, கீழ், சோடு அல்லது செவிடு, உரி, மரக்கால், முக்குறுணி, கோட்டை, இலக்கம்) வடிவமைத்துத் தந்துள்ளார் (2011, ஆவணம் இதழ் 22, தமிழகத் தொல்லியல் கழகம், தஞ்சாவூர்) .

தென்னிந்தியாவில் குறிப்பாகத் தென் திருவிதாங்கூரிலில் வழங்கப்பட்ட சில அளவைக் குறியீடுகளை *Dravidian Encyclopaedia (volume 1, page - 438, Mathematics in south india, published by the international school of linguistics, Thiruvananthapuram, 1990).* பதிவுசெய்துள்ளது. அவை ஆயிரம், நூறு, ஒன்று முதல் பத்து, முக்கால், அரை, கால், அரைக்கால், இரண்டு மா, மாகாணி, ஒரு மா, அரை மா, காணி, அரைக்காணி, முந்திரி, கீழ்க்கால், மூன்று காணி, நாலு மா, மூன்று மா, அரைக்கால் முந்திரி என்பனவாகும்

மா. செந்தில் செல்வக்குமரனின் தமிழ் எண்கள் அளவைகள் குறியீடுகள் (கி.பி. 1989 முனைவர்பட்ட ஆய்வேடு, மதுரைகாமராசர் பல்கலைக் கழகம், மதுரை) என்ற ஆய்வேடு காலபாகுபாட்டு அடிப்படையில் குறியீடுகளை ஆராய்கிறது.

குறியீடுகள் திரட்டல்

திராவிட மக்களின் சிந்துவெளி எழுத்துக்கள் எனும் நூலில் இரா. மதிவாணன் அவர்கள் பக்கம் 145இல் கொடுத்துள்ள சிந்துவெளி தமிழ் எண்கள், பின்ன அடிப்படை தமிழ் எண்கள், மூன்றாம் தமிழ்ச் சங்ககாலத்து தமிழ் எண்கள் இக்கலைக்களஞ்சியத்திற்குப் பயன்பட்டுள்ளன.

வடக்குப் பகுதியில் கிடைத்த பிராமி எண்கள், தமிழி எண்கள், மலையாள எண்கள் போன்றவையும் இக்கலைக்களஞ்சியத்தில் எடுத்தாளப்பட்டுள்ளன.

கன்னியாகுமரி மாவட்டம் ஆரல்வாய்மொழி – வடக்கூர் விநாயகர் கோவில் கல்வெட்டு, ஆரல்வாய்மொழி - அகலிகையூத்துக் கல்வெட்டு, இராசேந்திரச்சோழனின் கருப்புக்கோட்டைச் சிவன் கோவில் கல்வெட்டு,

தெரிசனங்கோப்புக் கல்வெட்டு ஆகியவற்றில் கிடைத்த குறியீடுகள் 25க்கும் மேற்பட்ட அளவில் இக்கலைக்களஞ்சியத்தில் பயன்படுத்தப்பட்டுள்ளன. இவை தமிழ்நாடு அரசு தொல்லியல்துறை வெளியிட்ட கன்னியாகுமரிக் கல்வெட்டுத் தொகுதிகளில் இருந்து அச்சு நிலையில் மாற்றம் பெற்றிருந்தன. சில குறியீடுகள் பதிவுசெய்யப்படாமல் இருந்தன.

குறியீடுகளைப் பொறுத்தவரை தமிழ்நாட்டில், குமரிமாவட்டக் கல்வெட்டுக்களில்தான் அதிகளவில் பயன்பாடாகியுள்ளன. கி.பி. 1558 ஆம் ஆண்டைச்சார்ந்த தெரிசனங்கோப்புக் கல்வெட்டு முழுவதும் குறியீடுகள் இடம்பெற்றுள்ளன. (கன்னியாகுமரிக் கல்வெட்டுத்தொகுதி எண் 5/1969/60). பொதுமக்கள் படிக்கத்தான் கல்வெட்டு வைக்கப்படுகிறது. மக்களின் தெளிவான அறிவையே இது வெளிப்படுத்துகிறது.

முனைவர் சு. தாமரைப்பாண்டியனின் கதைப்பாடல் சுவடித் திரட்டும் பதிப்பும் (6 தொகுதிகள்) எனும் நூலில் காணப்படும் வல்லாள மகராசன் கதை, வள்ளித்திருமணம் குறிஞ்சிப்பாட்டு ஒப்பாய்வு, குயில வண்ணான் கதை, மன்னன் கருங்காலி வாதைக்கதை, கபாலக்காரன் பிறவிப் போர்க்கதை போன்ற ஓலைச்சுவடிகளின் தரவுகளும் ஆனைவாகடச்சுவடி, சானந்த கணேசபுராணம் சுவடி, கண்டி கதிர்காமவேலன் மாலை, சூரசம்காரபரணிச்சுவடி, மாட்டுவாகடச்சுவடி, அகத்தியர்கன்ம வாகடம், ஆனைச்சாத்திரம் ஆமையர் அம்மானை, உள்ளிட்ட பதிவு பெற்ற முனைவர் சு. தாமரைப்பாண்டியனின் சுவடிகளும் கலைக்களஞ்சியம் உருவாக்கத்திற்கு உதவின.

முனைவர் தே. கிரிஜா அவர்களின் மீனாட்சி அட்டத்திக்கு விசய அம்மானைச்சுவடியும் கலைக்களஞ்சியத்திற்குப் பயனாகியது

கல்வெட்டாய்வாளர் முனைவர் சு.ராசகோபால், அவர்களின் *"Numbering and measuring systems in tamil inscriptions"* என்ற கட்டுரையில் கொடுக்கப்பட்ட பிராமி எண்கள் இந்நூலில் பயனாக்கப்பட்டுள்ளன.

"symbols and Numerals in ancient land roecords - A study based on Goturuth church record" என்ற கட்டுரையில் *Dr. G.Sajina (Assistant professor, Department of Cultural Heritage studies, Thunchanth Ezhuthanchan Malayalam University, Tirusur)* வகை, ஆயிரம் (2 குறியீடுகள்), புத்தன் உள்ளிட்ட சொற்களுக்குக் குறியீடுகள் தந்துள்ளார். அக்குறியீடுகள் இக்கலைக்களஞ்சியத்தில் பயன்படுத்தப்பட்டுள்ளன.

Mathematical tradition: An epigraphical perspective என்ற கட்டுரையில் மலையாள வரலாற்று ஆய்வாளர் முனைவர் ராகவவாரியர் மலையாள எண்கள், பின்ன எண்கள், முகத்தல், நிறுத்தல் ஆகியவற்றிற்குக் குறியீடுகள் தந்துள்ளார். அவர் பதிவு செய்துள்ள முண்டாணி, அரைக்கால், முக்கால், இருதூணி, முத்தூணி, நாற்தூணி, துடம், பற, இடங்கழி, மஞ்சாடி, காசு உள்ளிட்டவற்றின் குறியீடுகள் இக்கலைக்களஞ்சியத்தில் எடுத்தாளப்பட்டுள்ளன.

மெக்கென்சியின் சுவடிகளில் பதிப்புச் சிக்கல்கள் என்ற கட்டுரையில் முனைவர் எஸ்.சௌந்திரபாணடியன் (காப்பாட்சியர், அரசினர் கீழ்த்திசைச்

சுவடிகள் நூலகம், சென்னை –5) ஓலைகளில் காணப்படும் வகை , நஞ்சை, புஞ்சை, முதல் போன்ற சொற்களுக்குக் குறியீடுகள் தந்துள்ளதும், இந்நூலில் கொடுக்கப்பட்டுள்ளன.

முனைவர் சாய்னபா (ஓலைச்சுவடியல் துறை, கேரளப்பல்கலைக்கழகம், காரியவட்டம், திருவனந்தபுரம்) அவர்களின் சுவடிவாய்ப்பாடு குறித்த கட்டுரையில் மலையாள எண்கள் குறித்து விளக்கியுள்ளதும் ஆய்வுக்கு எடுத்துக்கொள்ளப்பட்டன.

கலைக்களஞ்சியத்தின் அமைப்பு

இக்கலைக்களஞ்சியத்தின் மொழி அமைப்பு, *Symbols - Tamil - Tamil - Transliteration of Tamil – Malayalam - English* என்றவாறு அமைந்துள்ளது. இக்கலைக்களஞ்சியத்தில் 646+126= 772 அளவைக் குறியீடுகள் (பிற்சேர்க்கையில் கன்னட, தெலுங்கு, தேவநாகரி எண்களுக்கான 126 குறியீடுகள் அட்டவணைப்படுத்திக் கொடுக்கப்பட்டுள்ளன), 242 அளவை அல்லாத குறியீடுகள், 64 கூட்டெழுத்துக் குறியீடுகள், 49 தமிழ் எழுத்து வடிவங்கள் இடம்பெற்றுள்ளன. ஆக மொத்தம் 1,127 குறியீடுகளாகும். கலைக்களஞ்சியம்,

1. குறியீடுகள் தோற்றமும் வளர்ச்சியும்
2. அளவைக்குறியீடுகள்
3. அளவை அல்லாத குறியீடுகள்
4. கூட்டெழுத்துக் குறியீடுகள்
5. ஆவணங்களில் தமிழ் எழுத்து வடிவங்கள்
6. அளவை வாய்ப்பாடுகள்
7. நில அளவை வாய்ப்பாடுகளும் குறியீடுகளும்
8. ஒன்றின் கீழ் அமைந்த எண்மானங்கள்
9. அளவைப் புகைப்படங்கள்

துணை நூற்பட்டியல், பிற்சேர்க்கை என்ற நிலையில் அமைகிறது.

குறியீடுகள் தோற்றமும் வளர்ச்சியும் எனும் முதல் பகுதி மொழியின் சிறப்பு, மொழியை வளர்த்த கருவிகள், தமிழ்நாட்டில் அகழாய்வுகளும் சிந்துசமவெளிக் குறியீடுகளும், கல்வெட்டுகளில் அளவைகளும் குறியீடுகளும், ஓலைச்சுவடிகள், செப்பேடுகள், மறைந்த தமிழ் அளவுகள், முதல் கலைக்களஞ்சியம், குறியீடுகள் பற்றிய நூல்கள், குறியீடுகள் பற்றிய கட்டுரைகள், குறியீடுகள் திரட்டல், கலைக்களஞ்சியத்தின் அமைப்பு ஆகிய தலைப்புகளில் வடிவமைக்கப்பட்டுள்ளன.

அளவைக் குறியீடுகள் எனும் இரண்டாம் பகுதி எண்ணல் (மேலிலக்கம் எனப்படும் பெருங்குளி, கீழிலக்கம் எனப்படும் சிறுகுளி ஆகிய இரண்டு வகை குறியீடுகளும் பட்டியலிடப்பட்டுள்ளன. மற்ற மொழிகளுக்கு இல்லாத கீழ்க்கணக்குக் குறியீட்டு அடையாளங்கள் தமிழுக்குரிய சிறப்பாகும்).

முகத்தல், நிறுத்தல், நீட்டல் அளவைக் குறியீடுகள் அளவை வாய்ப்பாடுகளின் அடிப்படையில் கலைக்களஞ்சியம் அமைக்கப்பட்டுள்ளதைத் தருகிறது.

தமிழர்கள் கணித அறிவில் மிகச்சிறந்து விளங்கினர். மனித வாழ்வில் அளவைகள் இல்லாமல் எதுவும் செய்ய இயலாது.

தமிழர்கள் எண்ணல், முகத்தல், நிறுத்தல், நீட்டல் ஆகிய நுட்பமான அளவுகளுக்குக் குறியீடுகளைப் பயன்படுத்தியுள்ளனர்.

கணித அறிவு வளர்ந்த இக்காலத்தில்கூட குறியீடுகள் வேறு எந்த மொழிக்கும் இல்லாததால் தமிழ் எண்மானம் மிகவும் தொன்மையானது; எதையும் துல்லியமாக அளவிடக்கூடியது. இவையெல்லாம் இன்று காணாமல் போனது துரதிர்ஷ்டமே.

குறியீடுகளை வைத்து சுருக்கமாக எழுதமுடியும். எ.கா. **யளசூ** *(10,000)*. பழைய காலத்தில் பூச்சியம் இல்லாமல் தமிழ் இலக்கங்கள் எழுதப்பட்டுள்ளன என்பது சிறப்பாகும்.

கலைக்களஞ்சியத்தில் மூன்றாம் பகுதியான அளவை அல்லாத குறியீடுகள், குறியீடுகள் தரும் பொருள் அடிப்படையில் அகர வரிசைப்படுத்தப்பட்டுள்ளன.

நான்காம் பகுதியான கூட்டெழுத்துக் குறியீடுகள், கல்வெட்டு மற்றும் ஓலைச்சுவடிகளில் அமைந்த இரண்டு எழுத்துக்கள் இணைந்த குறியிடுகளைப் பேசுகிறது.

ஆவணங்களில் தமிழ் எழுத்து வடிவங்கள் எனும் ஐந்தாம் பகுதி, தமிழ் எழுத்து வடிவக்குறியீடுகள் குறித்து ஆராய்கிறது.

அளவை வாய்ப்பாடுகள் எனும் ஆறாம் பகுதி, நம் முன்னோர்கள் வகுத்த அளவை வாய்ப்பாடுகள் குறித்த செய்திகளைத் தருகிறது.

நிலஅளவை வாய்ப்பாடுகளும் குறியீடுகளும் எனும் ஏழாம் பகுதி, கீழிலக்கமான முந்திரி முதல் மா வரை நம் முன்னோர்கள் வகுத்த வாய்ப்பாடுகளைக் கொடுக்கிறது.

ஒன்றின் கீழ் அமைந்த எண்மானங்கள் எனும் எட்டாம் பகுதியில், ஒன்றுக்குக் கீழே எந்தவொரு முழு எண்ணும் இல்லை என்பதையும் உள்ளதெல்லாம் ஒன்றின் பகுப்புகளே என்பதையும் தெளியலாம். பின்னக்கணக்குகளும் விரிவாகத் தரப்பட்டுள்ளன.

அளவைப் புகைப்படங்கள் எனும் ஒன்பதாம் பகுதியில் அளவைக்குரிய புகைப்படங்கள் கொடுக்கப்பட்டுள்ளன.

துணை நூற்பட்டியலை அடுத்த பிற்சேர்க்கை எனும் பகுதியில், 1. கன்னட எண்களின் பரிணாம வளர்ச்சி, 2. தெலுங்கு எண்களின் பரிணாம வளர்ச்சி, 3. தேவநாகரி எண்களின் பரிணாம வளர்ச்சி ஆகிய மூன்றும் அட்டவணைப்படுத்தித் தரப்பட்டுள்ளன.

ചിഹ്നങ്ങളുടെ ഉത്ഭവവും വികാസവും

ഭാഷയുടെ പ്രത്യേ കത

മനുഷ്യരുടെ ജീവിതത്തിൽ ഭാഷ ഒരു പ്രധാന പങ്ക് വഹിക്കുന്നു. ഭാഷ മനുഷ്യവികാരം മനോഹരമായി പ്രതിപാദിക്കുന്നു. ശബ്ദവും അത് നൽകുന്ന അർത്ഥവും തമ്മിലുള്ള ബന്ധമാണ് ഭാഷ. ഭാഷയും അർത്ഥവും തമ്മിലുള്ള ബന്ധം എങ്ങനെയുായെന്ന്

"moli-p-poruḷ kāraṇam vilippa-t-tōṉṟā" (uriyiyal - 877).

തൊൽകാപ്പിയർ ഈ വരിയിൽ പരാമർശിക്കുന്നു.

ഒരു ഭാഷ സാധാരണക്കാരുടെ സൃഷ്ടിയാണ്. സംസാരിക്കുന്നതും എഴുതുന്നതും ഒരു ഭാഷയിൽ രണ്ട് തലങ്ങളുങ്കെിലും സംസാരഭാഷ ഒരു ഭാഷയുടെ ജീവരക്തമാണ്. ഇന്ന് ലോകമെമ്പാടും 7000 ലധികം ഭാഷകൾ ഉപയോഗത്തിലുന്നെ ഒരു റിപ്പോർട്ട് ഉണ്ട്. ഇന്ത്യയിൽ മാത്രം 2000 ഭാഷകൾ സംസാരിക്കുന്നുവെന്ന് പറയപ്പെടുന്നു. അങ്ങനെ ഭാരതം ഭാഷകളുടെ മ്യൂസിയം എന്നറിയപ്പെടുന്നു. ഓരോ രാഴ്ച്ച കൂടുമ്പോഴും ഒരു ഭാഷ വംശനാശം സംഭവിക്കുകയാണ്. ഐക്യരാഷ്ട്രസഭ കണക്ക് പ്രകാരം രേഖീയ രചനയില്ലാത്ത ഭാഷകൾ കൂടുതലായി വംശനാശം നേരിടുകയാണ്. എന്നാൽ തമിഴ് ഭാഷയ്ക്ക് മികച്ച അടിത്തറയുന്നെതിൽ സംശയമില്ല.

ഭാഷാ പണ്ഡിതൻമാർ കുരങ്ങൻമാരിൽ ഭാഷാശാസ്ത്ര പഠനം ആരംഭിച്ചു. കുരങ്ങൻമാർ 31 ആംഗ്യങ്ങളും 18 മുഖഭാവങ്ങളും തങ്ങളുടെ കന്നുകാലികൂട്ടത്തിന് നൽകിയിട്ടുന്നെ് കരുതപ്പെടുന്നു. മനുഷ്യൻ കുരങ്ങുകളുടെ പരിണാമമാണെന്ന് എല്ലാവർക്കും അറിയാം. ഭാഷ ആംഗ്യങ്ങൾ, ശബ്ദങ്ങൾ, രേഖീയ രചന, വാക്കുകൾ, സീരിസ് എന്നിങ്ങനെ വ്യാപിക്കുന്നു.

ഭാഷാ വികസനത്തിനുള്ള ഉപകരണങ്ങൾ

മനുഷ്യന്റെ ആദ്യകാല ആശയങ്ങൾ ചിത്രങ്ങളുടെയും ചിഹ്നങ്ങളുടെയും രൂപത്തിൽ ഉയർന്നുവന്നു. ആളുകൾ അവരുടെ ചിന്തകൾ സംഗ്രഹിക്കാൻ ശ്രമിച്ചതിന്റെ ഫലമാണ് ചിഹ്നങ്ങളുടെ അടിസ്ഥാനകാരണം. സിന്ധൂനദീതട നാഗരികത മുതൽ എ.ഡി പത്തൊൻപതാം നൂറ്റ് വരെ മനുഷ്യർ ശിലാശാസനങ്ങൾ, താളിയോലഗ്രന്ഥങ്ങൾ, ചെമ്പുതകിടുകൾ, മൺപാത്രങ്ങൾ, നാണയങ്ങൾ എന്നിവയിൽ ചിഹ്നങ്ങൾ ഉപയോഗിച്ച് ധാരാളം എഴുതി.

ഭാഷയിൽ എഴുത്ത് രൂപപ്പെട്ടതിനു ശേഷം മനുഷ്യർ അവരുടെ ആശയങ്ങൾ പല രൂപങ്ങളിൽ പ്രകടിപ്പിച്ചു. കല്ല്, കളിമണ്ണ്, ലോഹം, ബോർഡ്, പുറംതൊലി, തൂവൽ, ആനക്കൊമ്പ്, ശംഖു, മുത്തുച്ചിപ്പി, തുണി, എന്നിവ ഉപയോഗിച്ച് പാറകൾ, തൂണുകൾ, ക്ഷേത്ര മതിലുകൾ, ചെമ്പുതകിടുകൾ, നാണയങ്ങൾ, താളിയോലഗ്രന്ഥങ്ങൾ എന്നിവയിൽ എഴുതിയിരുന്നു.. പുരാതന സംസ്കാരം, ചരിത്രം മുതലായവയെക്കുറിച്ച് പഠിക്കുന്നതിൽ അവ ഒരു പ്രധാന പങ്ക് വഹിക്കുന്നു.

തമിഴ്നാട്ടിൽ ഉത്ഖനനവും സിന്ധുനദീതട ചിഹ്നങ്ങളും

തമിഴ്നാട്ടിൽ ഇതുവരെ പരിക്കുളം, തിരുത്തങ്കൽ, മാങ്കുടി, മോഡൂർ, കോവലൻ പൊട്ടൽ, ആനൈമലൈ, പല്ലവമേട്, പോളുവാൻ പട്ടി, പേരൂർ, പനയകുളം, കുരുമ്പൻമേട്, കണ്ണനൂർ, തിരുക്കോവിലൂർ, വസവസമുദ്രം, തൊണ്ടി, കൊർകൈ, അഴകൻകുളം, പട്ടരൈ പെരുംബുദൂർ എന്നിങ്ങനെ 40ൽ പരം ഉത്ഖനനത്തിലൂടെ തമിഴരുടെ പുരാതന ജീവിതം (2600 വർഷം മുമ്പ്) സ്പഷ്ഠമാകുന്നു.

ഇഷ്ടിക നിർമ്മാണങ്ങൾ, കിണറുകൾ, മേൽക്കൂര ടൈലുകൾ, സ്വർണ്ണ ആഭരണങ്ങൾ, ചെമ്പ് ഉപകരണങ്ങൾ, ഇരുമ്പ് ഉപകരണങ്ങൾ, ഗ്ലാസ്, രത്നങ്ങൾ, മൺപാത്രങ്ങൾ എന്നിവ തമിഴ് സംസ്കാരത്തിന്റെ വികാസത്തെ സൂചിപ്പിക്കുന്നു. കീഴടി തുടക്കം മുതൽ ഇന്നുവരെ മനുഷ്യവാസത്തിന് അനുയോജ്യമാണ്.

കീഴടിയിൽ അളക്കാൻ ഉപയോഗിച്ചിരുന്ന തൂക്കകട്ടികൾ (ഭാരം 8,18,150,300 എന്നീ ഗ്രാം അളവുകളിൽ) കണ്ടെത്തി. ഇതിനാൽ വ്യാപാരം ഒരു പ്രധാന ഘടകമായിരുന്നുവെന്ന് വ്യക്തമാക്കുന്നു. സിന്ധൂ ഉത്ഖനനത്തിലും അളക്കാൻ ഉപയോഗിച്ചിരുന്ന തൂക്കകട്ടികൾ കണ്ടെത്തിയിട്ടുണ്ട്. എന്നാൽ ആദ്യമായാണ് 300ഗ്രാം അളവ് ലഭിക്കുന്നത്. കണ്ടെത്തിയ 50 ലധികം മൺപാത്രങ്ങളിൽ, തമിഴി പ്രതീകങ്ങൾ നമ്മുടെ പുരാതനതയെ സൂചിപ്പിക്കുന്നു. തമിഴ് കാലഘട്ടം ബി.സി. ആറാം നൂറ്റാണ്ട് എന്നാണ് അറിയപ്പെടുന്നത്. തമിഴ് സമൂഹം ഒരു സാക്ഷര സമൂഹമാണെന്ന് വ്യക്തമാണ്.

തമിഴ്നാട്ടിൽ അഴകൻകുളം, കൊടുമണൽ, കരൂർ, തേരിരുവേലി, ഉറയൂർ, മാങ്കുളം, പേരൂർ എന്നിവിടങ്ങളിൽ നടത്തിയ ഉത്ഖനനങ്ങളിൽ ചിഹ്നങ്ങൾ

കണ്ടെത്തിയിട്ടുണ്ട്. വലിയശിലായുഗത്തിന്റെയും ഇരുമ്പുയുഗത്തിന്റെയും ചിന്താഗതിയെ പ്രതിഫലിപ്പിക്കുന്ന ഒരു രചനയാണ് ചിഹ്നങ്ങൾ. (പേജ് 7, കീഴടി- വൈഗൈ നദിക്കരയിൽ സംഗകാലനാകരികം, തമിഴ്നാട് സർക്കാർ, പുരാവസ്തു വകുപ്പ് 2019).

കൊടുമണൽ ഉൾപ്പെടെയുള്ള സ്ഥലങ്ങളിൽ ലഭ്യമായ ചിഹ്നങ്ങൾ ആശയവിനിമയത്തിനായി കൊത്തിവച്ചിരിക്കുന്നതാണ് എന്നാൽ ചിഹ്നങ്ങളുടെ അർത്ഥം ഇന്നുവരെ വിശദീകരിച്ചിട്ടില്ല.

കീഴടിയിൽ കിട്ടിയ മിക്ക മൺപാത്രങ്ങളിലും (കറുപ്പ്, ചുവപ്പ്, ഇവ ഇടകലർന്നും) പോറലുകൾ, ചിഹ്നങ്ങൾ, പാറ്റേണുകൾ എന്നിവ കാണാം. ചുടുന്നതിനു മുൻപും ശേഷവും കൊത്തുപണിയുള്ള മൺപാത്രങ്ങൾ കണ്ടെത്തി.

ചിഹ്നങ്ങൾ, കീഴടിയിൽ കാണുന്നതുപോലെ ശ്രീലങ്കയിൽ ഗന്തരോഡയ്, മാന്തയ്, രിതിയകാമ തുടങ്ങിയ പട്ടണങ്ങളിലും കണ്ടെത്തി.

തമിഴ്നാട്ടിലാണ് ചിഹ്നങ്ങൾ വ്യാപകമായി ശേഖരിക്കപ്പെടുന്നത്. ദക്ഷിണേന്ത്യയിൽ ലഭ്യമായ 75% ചിഹ്നങ്ങൾ തമിഴ്നാട്ടിൽ ലഭ്യമാണ്. സിന്ധൂ നദീതട ഉത്ഖനനത്തിൽ കാണുന്ന ചിഹ്നങ്ങളും കീഴടിയിൽ ലഭിച്ച ചിഹ്നങ്ങളും ഒരേഘടനയിലുള്ളതാണ്. അവ ഭാഷയെയും ചിഹ്നങ്ങളെയും കുറിച്ചുള്ള പഠനത്തെ പിന്തുണയ്ക്കുമെന്നതിൽ സംശയമില്ല.

ചിഹ്നങ്ങളും പോറലുകളും മുൻ കാലഘട്ടങ്ങളിലുള്ള തമിഴിനു (ബ്രാഹ്മി) മുൻ ചിത്രങ്ങളാണോ? അതോ ഒരു ഭാഷാ സംവിധാനത്തിന് പോറലുകൾ ഉണ്ടോ? കീഴടിയിൽ തുടർന്നുള്ള ഉത്ഖനനങ്ങളിൽ കണ്ടെത്തിയ ചിഹ്നങ്ങളും തമിഴി പ്രതീകങ്ങളും കുടുതൽ പഠനങ്ങൾക്കും ഗവേഷണങ്ങൾക്കും അർഘമാണ്.

ഇന്ത്യയിൽ കാണപ്പെടുന്ന സ്ക്രിപ്റ്റുകളിൽ ഏറ്റവും പുരാതനമായത് സിന്ധൂനദീതടസ്ക്രിപ്റ്റുകളാണ്. ഇതിന് 4500 വർഷം പഴക്കമുണ്ട്. സിന്ധൂനദീതടത്തിനും തമിഴിനും (ബ്രാഹ്മി) തമ്മിൽ ഒരു പൊതുസ്ക്രിപ്റ്റ് ഉണ്ടായിരുന്നുവെന്ന് പുരാവസ്തു ഗവേഷകർ പറയുന്നു. ഈ സ്ക്രിപ്റ്റുകളെ ചിഹ്നങ്ങൾ എന്നും പോറലുകൾ എന്നും വിളിക്കുന്നു. സിന്ധൂനദീതട സ്ക്രിപ്റ്റ് പൂർണ്ണമായി വായിക്കാനും മനസ്സിലാക്കാനും ഇനിയും കഴിഞ്ഞിട്ടില്ല. സിന്ധൂ നദീതട രേഖാചിത്രത്തിന്റെ വിപുലീകരണങ്ങളും തമിഴി രൂപത്തിന്റെ മുന്നോടിയുമാണ് ഇവ.

രാമനാഥപുരം ജില്ലയിൽ തിരുഉത്തിരകോശ മംഗയിൽ ഏകദേശം 20 ഏക്കറോളം, പൊട്ടൽ കൃഷിയോഗ്യമല്ലാത്ത സ്ഥലത്ത് (14/03/2021) മൺപാത്ര ഓടുകൾ കണ്ടെത്തി. ഇവിടെ ലഭിച്ച ചിഹ്നങ്ങൾ സിന്ധൂ ഉത്ഖനനത്തിൽ കിട്ടിയ നമ്പർ 125 ('ദ'രൂപം), 137 (X ചിഹ്നം), 365 (മൂന്ന് വരികൾ ഒരു ഘട്ടത്തിൽ കണ്ടുമുട്ടുന്ന ത്രിശൂലം, ചെങ്കോൽ) എന്നിവയാണ്. കീഴടിയിലുള്ള ഉത്ഖനനത്തിലും ഈ ചിഹ്നങ്ങൾ കണ്ടെത്തി. അധ്യാപകനായ മുനിസ്വാമിയും

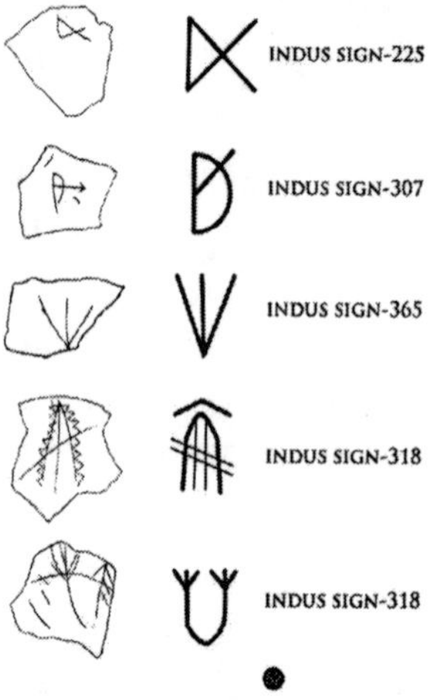

കീഴടിയും സിന്ധൂവെളിയും

പോറല്കളും ചിഹനങ്ങളും-കീഴടി

കീഴടിയില് കിട്ടിയ തൂക്കമുള്ള കല്ലുകൾ

തിരുഉത്തിരകോസ മംഗയ്യിൽകിട്ടിയ മൺപാത്ര ടൈലുകൾ

അദ്ദേഹത്തിന്റെ വിദ്യാർത്ഥികളായ വിശാലും അരുൾദാസും ചിഹ്നങ്ങളുടെ പഠനം നടത്തി പ്രസിദ്ധീകരിച്ചു.

ശിലാശാസനങ്ങളിലെ അളവുകളും ചിഹ്നങ്ങളും

കല്ലിൽ കൊത്തിയ അക്ഷരങ്ങളെ ശിലാശാസനങ്ങൾ എന്നു വിളിക്കുന്നു. ചരിത്രത്തെ വെളിപ്പെടുത്തുന്നതിൽ ശിലാശാസനങ്ങൾ ഒരു പ്രധാന പങ്കു വഹിക്കുന്നു. തമിഴ് ഭാഷാ ലിഖിതങ്ങൾ ഭാരതത്തിൽ ഏറ്റവും സാധാരണമാണ്.

തമിഴ്നാട്ടിൽ നിന്നു ലഭിച്ച മിക്ക ശിലാശാസനങ്ങളും ക്ഷേത്രങ്ങളിൽ കാണപ്പെടുന്നു. ആ ശിലാശാസനങ്ങൾ സമ്മാനസന്ദേശങ്ങളുടെ ബാഹുല്യം അറിയിക്കുന്നു. രാജാക്കന്മാർ ക്ഷേത്രങ്ങൾക്കും ജനങ്ങൾക്കും നൽകിയ സമ്മാനങ്ങളുടെ വിശദീകരണവും, വ്യക്തികൾ ക്ഷേത്രത്തിനു നൽകിയ ധർമ്മപ്രവൃത്തികളും ശിലാശാസനങ്ങളിൽ കാണപ്പെടുന്നു. ദാന ധർമ്മങ്ങൾ മറ്റുള്ളവർക്ക് എന്നതായിരുന്നു ശിലാശാസനങ്ങളുടെ ഉദ്ദേശം. സംഭാവനകൾ നൽകിയിരുന്നത് സ്വർണ്ണം, സാധനങ്ങൾ, ഭൂമി എന്നിവയുടെ രൂപത്തിലായിരുന്നു. ആ സംഭാവനകൾ ശരിയായ തോതിൽ അളന്നുകൊടുത്തിരുന്നു. ആയതിനാൽ അളവുകളും ചിഹ്നങ്ങളും ശിലാശാസനങ്ങളിൽ ലഭ്യമായിരുന്നു.

കുറഞ്ഞ സ്ഥലത്തിൽ വ്യക്തമായി കൂടുതൽ സന്ദേശങ്ങൾ നൽകുന്നത് ചിഹ്നങ്ങളാണ്. ഉദാഹരണത്തിന് അരക്കാണി എന്നതിന് എന്ന ꭤ ചിഹ്നം ഉപയോഗിക്കാം.

ചിഹ്നങ്ങൾ അധികവും അളവുകളെയാണ് കുറിക്കുന്നത്. ശിലാശാസനങ്ങളിലും, താളിയോല ഗ്രന്ഥങ്ങളിലും ഇടയ്ക്കിടെ വരുന്ന ചിഹ്നങ്ങൾ വായിക്കാൻ ബുദ്ധിമുട്ടാണ്. എന്നാൽ ഈ ചിഹ്നങ്ങളും കൂട്ടക്ഷരങ്ങളും പരിശീലനത്തിലൂടെ സ്വായത്തമാക്കാവുന്നതാണ്.

കൈയെഴുത്തുപ്രതികൾ

കൈയെഴുത്തുപ്രതികൾ സാഹിത്യം, സിദ്ധവൈദ്യം, ജ്യോതിഷം, കഥാഗാനങ്ങൾ, നാടകങ്ങൾ, കടങ്കഥകൾ, പഴഞ്ചൊല്ലുകൾ, വചനകഥകൾ, അക്കൗ പുസ്തകങ്ങൾ, ചരിത്രരേഖകൾ, മതം, പുരാണം, സംഗീതങ്ങൾ, ഒയിൽകുമ്മി, ഒയിലാട്ടം, മന്ത്രങ്ങൾ, ചരിത്രപുസ്തകങ്ങൾ, നിഘണ്ടുകൾ, രഹസ്യരേഖകൾ (മോടി പ്രമാണങ്ങൾ) സ്കൂൾ വിദ്യാർത്ഥി അക്ഷരമാല, വാണിജ്യം എന്നിങ്ങനെ വ്യത്യസ്ത അർത്ഥങ്ങളിൽ കാണപ്പെടുന്നു.

രാജഭരണകാലത്ത് ശിലാശാസനങ്ങൾ, താളിയോല ഗ്രന്ഥങ്ങൾ നാണയങ്ങൾ, ചെമ്പുതകിടുകൾ എന്നിവ വളരെ പ്രധാനപ്പെട്ടതായിരുന്നു. സന്ദേശങ്ങൾ ആദ്യം താളിയോലഗ്രന്ഥങ്ങളിലാണ് രേഖപ്പെടുത്തിയിരുന്നത്. രാജാവിന്റെ ഉത്തരവുകൾ അടങ്ങിയ ഓലയെ തിരുമുഖം എന്നാണ് അിറയപ്പെട്ടിരുന്നത്. ആശയങ്ങൾ താളിയോലഗ്രന്ഥങ്ങൾക്ക് ശേഷം ശിലാശാസനങ്ങളിലും ചെമ്പുതകിടുകളിലും രേഖപ്പെടുത്തപ്പെടും. ശിലാശാസനങ്ങൾ പൊതുകാഴ്ചയ്ക്കായി

സ്ഥാപിക്കും. താളിയോല ഗ്രന്ഥങ്ങളും, ചെമ്പുതകിടുകളും സർക്കാരിന്റെ ഉടമയായിരിക്കാം എന്ന് തോന്നുന്നു. രാജാവിന്റെ വാക്കാലുള്ള അഭിപ്രായങ്ങൾ ശ്രദ്ധിക്കുന്നവനെ തിരുവായ്ക്കേഴ്വി എന്ന് വിളിക്കുന്നു. ഇവയെല്ലാം ശിലാശാസനം, താളിയോല, ചെമ്പുതകിട് എന്നിവയിൽ റിപ്പോർട്ട് ചെയ്യപ്പെട്ടിരിക്കുന്നു.

ഒരു വ്യക്തി ക്ഷേത്രത്തിന് നൽകിയ സംഭാവനകൾ ചെമ്പുതകിടുകളിലാണ് രേഖപ്പെടുത്തിയിരിക്കുന്നത്. എന്നാൽ രാജകീയ ഉത്തരവുകൾ താളിയോല, ചെമ്പുതകിടുകൾ, ശിലാശാസനം എന്നീ മൂന്ന് രൂപങ്ങളിൽ രേഖപ്പെടുത്തിയിട്ട്.

തമിഴ്നാട്ടിൽ കയ്യെഴുത്തുപ്രതികളുടെ ഉപയോഗം കൂടുതലാണ്. ഓലൈക്കണക്കർ, എഴുത്തുകാരൻ, നൂലിയലാർ എന്നിവരെ കയ്യെഴുത്തുപ്രതികളുടെ രചയിതാക്കൾ, ഉപഭോക്താക്കൾ എന്ന് വിളിക്കുന്നു. (നാലടിയാർ 397, അകം-84, 207, കുറുന്തുകൈ-90)

ശിലാശാസനങ്ങളിൽ മധ്യസ്ഥൻ, കരണത്താൻ, ഊർകോവിൽ-നഗരകണക്കർമാർ, തിരുമന്ദിര ഓലൈ, തിരുമന്തിര ഓലൈനായകം, തിണൈ എന്നിവർ താളിയോല രചയിതാക്കളായി പരാമർശിക്കപ്പെടുന്നു. (ഓലൈചുവടികളിൽ എഴുത്ത്മുറൈ,. ട. രാജഗോപാൽ, പേജ് 108, ആവണം, മാഗസിൻ 8, തമിഴ്നാട് ആർക്കിയോളജിക്കൽ സൊസൈറ്റി).

താളിയോലകളിലും, ശിലാശാസനങ്ങളിലും രചയിതാക്കളെക്കുറിച്ച് പരാമർശങ്ങളുണ്ട്. എന്നാൽ വാക്കുകളിലും, വാക്യങ്ങളിലുമുള്ള തെറ്റുകളെക്കുറിച്ച് രേഖപ്പെടുത്തിയിട്ടില്ല.

താളിയോല ഗ്രന്ഥങ്ങളിൽ കാണപ്പെടുന്ന പിശകുകളെ പുസ്തകപിശക്, വാക്ക്പിശക്, വാക്യപിശക് എന്നിങ്ങനെ വിളിക്കുന്നു. എലി, ചിതൽ എന്നിവകളാൽ ഓലകൾ നശിപ്പിക്കപ്പെടുന്നതും കുറ്റകൃത്യങ്ങളായി കണക്കാക്കപ്പെട്ടു.

താളിയോല ഗ്രന്ഥങ്ങളിൽ സ്വരാക്ഷരങ്ങളും, വ്യഞ്ജനാക്ഷരങ്ങളും(ലകര, ഴകര, ളകര, ണകര, നകര, രകര, റക്കര) വ്യത്യാസങ്ങളോടും, ചിഹ്നങ്ങളോടും കാണപ്പെടും. ഓലകൾ കീറിപ്പോകാൻ സാധ്യതയുള്ളതിനാൽ വ്യഞ്ജനാക്ഷരങ്ങളിൽ മെയ്യെഴുത്ത് (കുത്തുകൾ) ഇല്ലായിരുന്നു. സമാനമായ ഒരു ക്രമീകരണം ശിലാശാസനങ്ങളിലും കാണാൻ സാധിക്കും.

ശിലാശാസനങ്ങൾ ഒരുതവണ എഴുതപ്പെടുകയും കാലാകാലങ്ങളിൽ ചരിത്രം വെളിപ്പെടുത്തുകയും ചെയ്യുന്നു. താളിയോലഗ്രന്ഥങ്ങൾ 400 വർഷം വരെ സംരക്ഷിക്കാൻ കഴിയും. ശേഷം അതിനെ അത് വീണ്ടും പുതുപ്പിക്കണം. ഇങ്ങനെയുള്ള പകർത്തലിനെ തെറ്റുതിരുത്തി പുതിയ പകർപ്പെടുക്കൽ എന്ന് വിളിച്ചിരുന്നു.

അച്ചടിയന്ത്രങ്ങൾ കണ്ടെത്തിയതിനു ശേഷം വാർത്തകൾ കടലാസിന്റെ രൂപത്തിൽ മാറി. ആവശ്യാനുസരണം അക്ഷരങ്ങൾ പകർത്താൻ സാധിച്ചു. ഓലഗ്രന്ഥങ്ങളിൽ (ചുവടി) സമാനമായ തലക്കെട്ടിലുള്ള ഏടുകൾ മൂലപ്രതിക

ളാണോ പ്രതിചുവടികളാണോ എന്നു പരിശോധിക്കണം.എന്നാൽ കടലാസിൽ സൂചിപ്പിച്ച വാർത്തകൾക്ക്, മുകളിൽ സൂചിപ്പിച്ച പരിശോധന ആവശ്യമില്ല.

ആധുനിക കണ്ടുപിടിത്തങ്ങൾ നമ്മുടെ ജീവിതത്തെ മാറ്റിമറിച്ചു. ശിലാശാസനങ്ങളിലും ഓലഗ്രന്ഥങ്ങളിലും എഴുതുന്ന രീതി കുറഞ്ഞു. നാണയങ്ങൾ അച്ചടിക്കുന്നതും ശിലാശാസനങ്ങൾ കൊത്തിവയ്ക്കുന്നതുമായ ശീലം ഇപ്പോഴും സർക്കാരിനുണ്ടെങ്കിലും അവയ്ക്ക് പഴയ ആകർഷണമില്ല. നിലവിൽ കൈയെഴുത്തുപ്രതികൾ ഉപയോഗത്തിലുമില്ല.

ചെമ്പുതകിടുകൾ

ഓലഗ്രന്ഥങ്ങളെപ്പോലെ ചെമ്പുതകിടുകൾ നശിക്കാറില്ല. പുരാതന കാലത്ത് മനുഷ്യർ അവയെ സംരക്ഷിക്കാൻ ഭൂമിയിൽ കുഴിച്ചിട്ടു. ചെമ്പിന്റെ ഉപയോഗത്തിനായി പല ചെമ്പുതകിടുകൾ നശിപ്പിക്കപ്പെട്ടു. ഭാരതത്തിൽ ഇതുവരെ 1561 ചെമ്പുതകിടുകൾ കണ്ടെത്തിയതായി ഒര് റിപ്പോർട്ട് ഉണ്ട് (തമിഴ്നാട്ടിൽ നിന്ന് മാത്രം 489 ചെമ്പുതകിടുകൾ ലഭിച്ചിട്ടുണ്ട്) അതിനേക്കാൾ കൂടുതൽ ലഭ്യമായിരിക്കാം എന്നതിൽ സംശയമില്ല.

ചിഹ്ന ഗവേഷണത്തിനായി ചെമ്പ്തകിടുകൾ എടുത്തിട്ടില്ല. എങ്ങനെയായാലും ഈ വിജ്ഞാനകോശം ചെമ്പ് തകിടുകൾ വായിക്കാൻ സഹായിക്കുന്നു.

പഴയ അളവുകൾ

ബ്രിട്ടീഷുകാർ ഉൾപ്പെടെയുള്ള ഭരണാധികാരികൾ നമ്മുടെ സൂക്ഷ്മ അളവ് രീതിയെ മാറ്റാൻ തുടങ്ങി. ആധുനിക ജീവിതം ലോകത്തിന്റെ പര്യായമായി മാറിയതിനാൽ നമുക്ക് അളവുകളിലെ സൂത്രവാക്യങ്ങൾ നഷ്ടപ്പെട്ടു.

മുന്തിരി (1/320) അരൈക്കാണി (1/160) മാ (1/20) വീശം (1/16) മുതലായവ പഴയ ഭൂമി ഉടമകൾ അളവിനായുപയോഗിച്ച ഭിന്നസംഖ്യകൾ ഇന്നും ഉപയോഗത്തിലു്.

മുകത്തൽ അളവുകൾ ഇന്ന് പൂർണ്ണമായിട്ടും നിലനിന്നതായി കാണാം. ഉദാഹരണത്തിന് ഇന്ന് എണ്ണ, പാൽ, നെയ്യ് തുടങ്ങിയ ദ്രാവകങ്ങൾ കിലോഗ്രാമിൽ അളക്കാൻ കഴിയും. ഉഴക്ക്, ആഴാക്ക്, കോട്ട, മരക്കാൽ എന്നിങ്ങനെയുള്ള ചില അളവുകൾ ഇന്നും ഉപയോഗത്തിലുണ്ട്.

ഭൂ ഉടമകളിൽ വയോധികർ ഇന്നും ഭാരമളക്കാൻ ഉപയോഗിക്കുന്ന പഴയ അളവുകളായ കുന്നി, മഞ്ചാടി, പലം, വീശം എന്നിവ ഇപ്പോൾ ഉപയോഗത്തിൽ ഇല്ലെന്ന് ഉറപ്പിച്ച് പറയാൻ കഴിയും. ഇവ മില്ലിഗ്രാം, ഗ്രാം, കിലോഗ്രാം എന്നിങ്ങനെ മാറി. തെരുവ് കച്ചവടക്കാർ ഭാരമളക്കുന്ന കല്ലുകൾ ഉപയോഗിക്കുന്നു. ഇവയ്ക്ക് പകരം ആധുനിക ഇലക്ട്രിക് ഉപകരണങ്ങളും ഇന്ന് പ്രാബല്യത്തിലുണ്ട്.

ദൂരമളക്കുന്ന അളവുകളായ കോൽ, പാടകം പോലുള്ളവ അപ്രത്യക്ഷമായി. ഞാൺ, മുഴം എന്നീ കുറച്ച് അളവുകൾ ഇന്നും ഉപയോഗത്തിലുണ്ട്.

ഇപ്പോൾ ഇത് ഹെക്ടർ, ഏക്കർ, സെന്റ്, മീറ്റർ എന്നിങ്ങനെ ഇച്ഛാനുസൃതം മാറ്റിയിരിക്കുന്നു.

ചില പ്രത്യേക സംഖ്യകൾക്ക്, ഒന്നിൽ കൂടുതൽ ചിഹ്നങ്ങൾ, വ്യത്യസ്ഥ അർത്ഥങ്ങൾ എന്നിവയുണ്ട്. പല്ലവർ, പാണ്ഡ്യർ, ചോഴന്മാർ, ചേരന്മാർ, വേണാട്, (ചേരചോളപാണ്ഡ്യന്മാർ). തിരുവിതാംകൂർ, ഇസ്ലാമികൾ, നായക് എന്നിവരുടെ ഭരണവും ജനങ്ങളുടെ സ്ഥലമാറ്റവും ഈ എഴുത്തുരീതിയേയും ചിഹ്നങ്ങളേയും സ്വാധീനിച്ചിട്ട്.

ആദ്യത്തെ വിജ്ഞാനകോശം

വിജ്ഞാനകോശരൂപത്തിൽ ഇതുവരെ പ്രസിദ്ധീകരിക്കാത്ത ചിഹ്നങ്ങളെ വ്യക്തമാക്കുകയാണ് ഈ വിജ്ഞാനകോശത്തിന്റെ ഉദ്ദേശം.

ഈ വിജ്ഞാനകോശത്തിൽ 'കൽവെട്ടുകളിൽ അളവൈ കുറിയീടുകൾ', നെയ്തൽ പബ്ലിക്കേഷൻ, ചെന്നൈ (രചയിതാവ് എഴുതിയത്) എന്ന പുസ്തകം പഠനവിധേയമാക്കിയിട്ടുണ്ട്. ആയിരം (1000) ശിലാശാസനങ്ങളെ അടിസ്ഥാനമാക്കിയ ഈ പുസ്തകത്തിൽ 190ലധികം ചിഹ്നങ്ങൾ അടങ്ങിയിരിക്കുന്നു.

ചിഹ്നങ്ങളെ കുറിച്ചുള്ള പുസ്തകങ്ങൾ

ചിഹ്നങ്ങളെക്കുറിച്ച് ദണ്ഡപാണിസ്വാമി രചിച്ച 'അറുവകൈ ഇലക്കണം', കൊറുകയ്യൂർ കാരിനായനാരുടെ 'കണക്കതികാരം (ഗണിതശാസ്ത്ര പുസ്തകം)'. ആറുമുഖനാവലരുടെ 'ബാലപാഠം,' തമിഴ് പണ്ഡിറ്റ് പി. കണ്ണന്റെ 'തമിഴ് ചുവടികളിൽ എൺഗണിതം,' മധുരൈ നാവിലി പെരുമാളിന്റെ ആസ്ഥാനകോലാകലം, പെരിയ കെട്ടിലക്കം. ഡോ.എസ്. ശിവ രചിച്ച 'കൽവെട്ടുകളിൽ അളവൈ കുറിയീടുകൾ തുടങ്ങിയ പുസ്തകങ്ങളിൽ കാണാം.

ചിഹ്നങ്ങളെ ക്കുറിച്ചുള്ള ലേഖനങ്ങൾ

എസ്. ഗണേഷന്റെ സംഖ്യാപരമായ അളവുകളുടെ ചിഹ്നങ്ങളെ ക്കുറിച്ചുള്ള 'അളവുമുറൈ' എന്ന ലേഖനത്തിൽ അളവിന്റെ എണ്ണൽ ചിഹ്നങ്ങളെക്കുറിച്ചും (1968 കൈ പുസ്തകം. രണ്ടാം ലോകത്തമിഴ് സമ്മേളനം, ചെന്നൈ) ഡോ. രാജഗോപാലിന്റെ 'ഓലൈചുവടികളിൽ എഴുത്തുമുറൈ' എന്ന ലേഖനത്തിൽ അളവ് ചിഹ്നങ്ങൾ കൈയ്യെഴുത്തുപ്രതികളിലെ ചുരുക്ക ചിഹ്നങ്ങൾ എന്നിവയെ കുറിച്ചും (1997, ആവണം, ജേണൽ, തമിഴ്നാട് ആർക്കിയോളജിക്കൽ സൊസൈറ്റി, തഞ്ചാവൂർ), ഡോ. രാജഗോപാൽ എഴുതിയ തമിഴ്ലേഖനത്തിൽ തമിഴ് ബ്രാഹ്മി ലിഖിതങ്ങളെക്കുറിച്ചും, കഴഞ്ച്, നാല് അക്കത്തിനെക്കുറിച്ചും (ആവണം ജേണൽ-4 തമിഴ്നാട് ആർക്കിയോളജിക്കൽ സൊസൈറ്റി തഞ്ചാവൂർ) പുരാലിഖിത വിജ്ഞാനി ഐരാവതം മഹാദേവർ എഴുതിയ അഴകൻകുളം പാനൈഓടിൽ 'എൺ ഇലകണങ്ങൾ' (2004 ആവണം. ജേണൽ 15 തമിഴ്താട് ആർക്കിയോളജിക്കൽ സൊസൈറ്റി, തഞ്ചാവൂർ) എന്ന ലേഖനം ബ്രാഹ്മി അക്കങ്ങളായ എട്ട്, നൂറ്, നാലിനെ കുറിച്ചും വിശദീകരിക്കുന്നു.

ഡോ. എസ് ശിവ എഴുതിയ (രചയിതാവ്) 'അറുവകൈ ഇലക്കണം കൂറും അളവ് കുറിയീടുകൾ' എന്ന ലേഖനത്തിൽ ദണ്ഡപാണിസ്വാമി 55 ചിഹ്നങ്ങളുടെ രൂപത്തിൽ നൽകിയ സൂചകങ്ങളെ സമാഹരിച്ചിരിക്കുന്നു. അവ മുന്തിരി –2 ചിഹ്നങ്ങൾ, അരൈക്കാണി–2 ചിഹ്നങ്ങൾ, മുകാണി, കാണി –2 ചിഹ്നങ്ങൾ, മാ–2 ചിഹ്നങ്ങൾ. ഒരു മാ–2 ചിഹ്നങ്ങൾ ഇരുമാ–2 ചിഹ്നങ്ങൾ, മുമ്മാ–2 ചിഹ്നങ്ങൾ, നാലുമാ–2 ചിഹ്നങ്ങൾ, കാൽ –2 ചിഹ്നങ്ങൾ അരൈ–2 ചിഹ്നങ്ങൾ, മുക്കാൽ–2 ചിഹ്നങ്ങൾ, അരൈമാ, അരൈക്കാല്, ഒന്നു മുതൽ പത്ത് വരെ, ആയിരം, ആഴാക്ക്, ഉഴക്ക്, നാഴി, കുറുണി, പതക്ക്, തൂണി, കലം, ആക, ഇക്ക്, നെല്ല്, ചങ്കിലി, മാകാണി, മൂന്നു മാകാണി, കോടി, കീഴ്, ചോടു അല്ലെങ്കിൽ ചെവിടു, ഉരി, മരക്കാൽ, മുക്കുറുണി, കോട്ട, ഇലക്കം എന്നിവ (2011 ആവണം, ജേണൽ 22, തമിഴ്നാട് ആർക്കിയോളജിക്കൽ സൊസൈറ്റി, തഞ്ചാവൂർ).

ദ്രാവിഡ എൻസൈക്ലോപീഡിയ *(volume, 1 page-438, Mathematics in South India, published by the International school of Linguistics, Thiruvananthapuram(1990)* ദക്ഷിണേന്ത്യയിൽ പ്രത്യേകിച്ചും ദക്ഷിണ തിരുവിതാംകൂറിൽ നൽകിയിരിക്കുന്ന ചില അളവു ചിഹ്നങ്ങൾ രേഖപ്പെടുത്തിയിട്ട്. അവ ആയിരം, നൂറ്, ഒന്ന് മുതൽ പത്തു വരെ മുക്കാൽ ഭാഗം, പകുതി, കാൽ, അരൈക്കാൽ, രണ്ട്മാ, മാകാണി, ഒരുമാ, അരൈമാ, കാണി, അരക്കാണി, മുന്തിരി, കീഴ്കാൽ, മൂന്ന് കാണി, നാലുമാ, മൂന്ന്മാ, അരക്കാൽ, മുന്തിരി എന്നിങ്ങനെയാണ്.

മാ. സെന്തിൽ സെൽവകുമാരന്റെ 'തമിഴ് എൺകൾ, അളവുകൾ, കുറീയിടുകൾ' *(A.D 1989, Ph.D Thesis Madurai Kamarajar University, Madurai)* സമയവിവേചനത്തിന്റെ അടിസ്ഥാനത്തിൽ ചിഹ്നങ്ങൾ പരിശോധിക്കുന്നു.

ചിഹ്നങ്ങളുടെ ശേഖരണം

'ദ്രാവിഡ മക്കളിൻ സിന്ധുവെളിഎഴുത്തുക്കൾ' എന്ന പുസ്തകത്തിലെ രാ. മതിവാണൻ 145–ാം പേജിൽ നൽകിയ 'സിന്ധുവെളി തമിഴ് നമ്പരുകളും,' പിന്നീടുള്ള അടിസ്ഥാന തമിഴ് സംഖ്യകളും മൂന്നാം തമിഴ് സംഘത്തിലെ തമിഴ് സംഖ്യകളും ഈ വിജ്ഞാനകോശത്തിൽ ഉപയോഗിച്ചിട്ടുണ്ട്.

ഭാരതത്തിൽ കാണപ്പെടുന്ന ബ്രാഹ്മി അക്കങ്ങൾ, മലയാളം അക്കങ്ങൾ തുടങ്ങിയവയും ഈ വിജ്ഞാന കോശത്തിൽ എടുത്തിട്ടുണ്ട്.

കന്യാകുമാരി ജില്ലയിലെ ആരൽവായ്മൊഴി–വടക്കൂർ ഗണേശക്ഷേത്ര ശിലാശാസനം ആരൽവായ്മൊഴി–അഗലികൈയെഴുത്ത് ശിലാശാസനം രാജേന്ദ്രചോഴന്റെ കറുപ്പ്കോട്ട ശിവക്ഷേത്ര ശിലാശാസനം, ദർശനങ്കോപ്പ് ശിലാശാസനങ്ങളും കൂടാതെ 25–ൽ അധികം ചിഹ്നങ്ങളും ഈ വിജ്ഞാനകോശത്തിൽ ഉപയോഗിച്ചിട്ട്. ഇവ തമിഴ്നാട്ടിലെ പുരാവസ്തു സർവ്വേ പ്രസിദ്ധീകരിച്ച കന്യാകുമാരി ശിലാശാസനങ്ങളിൽ നിന്ന് അച്ചടിയിൽ മാറ്റം വരുത്തിയിട്ടുണ്ട്. ചില ചിഹ്നങ്ങൾ രേഖപ്പെടുത്തിയിട്ടില്ല.

തമിഴ്നാട്ടിൽ കന്യാകുമാരി ജില്ലാ ശിലാശാസനങ്ങളിലാണ് ചിഹ്നങ്ങൾ കൂടുതലായി ഉപയോഗിച്ചിരിക്കുന്നത്. ദർശനങ്കോപ്പ് ശിലാശാസനങ്ങളിലൂടെ അധികം ചിഹ്നങ്ങൾ കാണാം. (എ.ഡി. 1558–കന്യാകുമാരി ലിഖിത നമ്പർ 5/1969/60). ഈ ലിഖിതങ്ങൾ പൊതുവായനക്കായി മാത്രം സ്ഥാപിച്ചിരിക്കുന്നു. ഇത് ജനങ്ങളുടെ വ്യക്തമായ അറിവിനെ വെളിപ്പെടുത്തുന്നു.

ഡോ. എസ് താമരപാണ്ഡ്യന്റെ 'കതൈപ്പാടൽചുവടി തിരട്ടും പതിപ്പും' (6 വാല്യങ്ങൾ) എന്ന പുസ്തകത്തിൽ കാണപ്പെടുന്ന 'വല്ലാള മഹാരാജൻ കഥൈ' 'വള്ളിതിരുമണം,' 'കുറിഞ്ചിപാട്ട് ഒപ്പായ്വ്,' കുയിലവന്നാൻ കഥൈ, മന്നൻ കരുങ്കാലി വാതൈക്കഥൈ, കപാലക്കാരൻ പിറവിപ്പൂർ കഥൈ മുതലായവയുടെ കൈയ്യെഴുത്തുപ്രതുകളിൽ നിന്നുള്ള വിവരങ്ങൾ വിജ്ഞാനകോശത്തിനായി സഹായിച്ചു. ആനൈവാകടചുവടി, 'സാനന്ത ഗണേശ പുരാണം' ചുവടി, കണ്ടികതിർകാമവേലൻ മാലൈ,' ശൂരസംഹാര ഭരണി ചുവടി, മാട്ട്വാകട ചുവടി 'അകത്തിയർകന്മ വാകടം' ആനൈ ചാത്തിരം, ആമൈയർ അമ്മാനൈ എന്നീ ചുവടികളും താമരപാണ്ഡ്യൻ കൈയ്യെഴുത്തുപ്രതികളിലെ ചിഹ്നങ്ങളും വിജ്ഞാനകോശത്തിന് സഹായിച്ചു.

ഡോ. ഗിരിജയുടെ മീനാക്ഷിഅട്ടത്തിക്കുവിജയ അമ്മാനൈ ചുവടിയും വിജ്ഞാനകോശത്തിനു ഉപയോഗപ്രദമായിരുന്നു.

പുരാലിഖിതവിജ്ഞാനി എസ്. രാജഗോപാൽ എഴുതിയ *Numbering and Measuring Systems in Tamil Inscriptions* എന്ന ലേഖനത്തിൽ നൽകിയിരിക്കുന്ന ബ്രാഹ്മി നമ്പരുകൾ ഈ പുസ്തകത്തിൽ ഉപയോഗിച്ചിട്ടുണ്ട്.

"Symbols and Numerals in Ancient land records - A study based on goturuth church record." എന്ന ലേഖനത്തിൽ ജി. സജീന *(Assistant Professor Department Of Cultural Heritage studies, Thunchath Ezhuthachan Malayalam University, Tirsur)* 'വകൈ,' 'ആയിരം' (2 ചിഹ്നങ്ങൾ) 'പുത്തൻ' എന്നിവയുൾപ്പെടെയുള്ള പദങ്ങൾക്ക് ചിഹ്നങ്ങൾ നൽകിയിട്ടുണ്ട്. ഈ ചിഹ്നങ്ങൾ ഈ വിജ്ഞാനകോശത്തിനായി ഉപയോഗിച്ചു.

Mathematical tradition: An epigraphical perspective എന്ന ലേഖനത്തിൽ മലയാള ചരിത്രകാരൻ ഡോ. രാഘവവാരിയർ 'മലയാള സംഖ്യകൾ,' 'ഭിന്ന സംഖ്യകൾ,' 'അളവുകൾ,' എന്നിവയ്ക്കായി ചിഹ്നങ്ങൾ നൽകുന്നു. അദ്ദേഹം രേഖപ്പെടുത്തിയ മുണ്ടാണി, അരൈക്കാൽ, മുക്കാൽ ഇരുതൂണി, നാർത്തുണി, തുടം, പറ, ഇടങ്ങഴി, മഞ്ചാടി, കാശ് എന്നിവയുടെ ചിഹ്നങ്ങൾ ഈ വിജ്ഞാന കോശത്തിനായി എടുത്തിട്ടുണ്ട്.

'മെക്കെൻസിയുടെ ചുവടികളിൽ പതിപ്പ് ചിക്കൽകൽ' എന്ന ലേഖനത്തിൽ എസ് സൗന്ദ്ര പാണ്ഡ്യൻ *(curator, government Manuscripts Library, Chennai-5)* കയ്യെഴുത്തു പ്രതികളിൽ കാണുന്ന മുതൽ, വകൈ, നൻജൈ, പുൻജൈ മുതലായ പദങ്ങൾക്ക് ചിഹ്നങ്ങൾ നൽകിയിട്ടുള്ളതും ഈ പുസ്തകത്തിൽ കൊടുത്തിട്ടുണ്ട്.

ചുവടി വായ്പാടുകളെക്കുറിച്ചുള്ള ലേഖനത്തിൽ ഡോ. സൈനബ (കൈയ്യെഴുത്തുപ്രതി വകുപ്പ്, കേരള സർവ്വകലാശാല, കാര്യവട്ടം തിരുവനന്തപുരം) മലയാള സംഖ്യകളെക്കുറിച്ച് വിശദീകരിച്ചതും ഗവേഷണ ത്തിൽ ഉൾപ്പെടുത്തിയിട്ടുണ്ട്.

വിജ്ഞാനകോശത്തിന്റെ ഘടന

ഈ വിജ്ഞാനകോശത്തിന്റെ ഭാഷാഘടന *Symbols-Tamil-Tamil - Transliteration Of Tamil, Malayalam-English* എന്നാണ്. 646+126=772 അളവ് ചിഹ്നങ്ങൾ (അനുബന്ധത്തിൽ കന്നട, തെലുങ്കു, ദേവനാഗരി എന്നിവയുടെ സംഖ്യകളുടെ ചിഹ്നങ്ങൾ–126 ക്രമീകരിച്ചിട്ടുണ്ട്). 242 അളവ് അല്ലാത്ത ചിഹ്നങ്ങൾ, 64 കൂട്ടക്ഷരചിഹ്നങ്ങൾ 49 തമിഴ്‌ലിപി രൂപങ്ങൾ (ആകെ 1,127) വിജ്ഞാന കോശത്തിൽ രേഖപ്പെടുത്തിയിട്ടുണ്ട്.

വിജ്ഞാനകോശത്തെ താഴെപറയുന്ന വിഷയങ്ങളിൽ ക്രമീകരിച്ചിരിക്കുന്നു.

1. ചിഹ്നങ്ങളുടെ ഉത്ഭവവും വികാസവും
2. അളവ് ചിഹ്നങ്ങൾ
3. അളവല്ലാത്ത ചിഹ്നങ്ങൾ
4. കൂട്ടക്ഷര ചിഹ്നങ്ങൾ
5. പ്രമാണങ്ങളിലെ തമിഴ് അക്ഷരഘടന
6. അളവിന്റെ സൂത്രവാക്യങ്ങൾ
7. ഭൂ അളവ് സൂത്രവാക്യങ്ങളും ചിഹ്നങ്ങളും
8. ഒന്നിനു താഴെയുള്ള സംഖ്യകൾ
9. അളവുകളുടെ ഫോട്ടോകൾ

ചിഹ്നങ്ങളുടെ ഉത്ഭവവും വികാസവും എന്ന ആദ്യഭാഗത്തിൽ ഭാഷയുടെ പ്രത്യേകത, ഭാഷാ വികസനത്തിനുള്ള ഉപകരണങ്ങൾ, തമിഴ്നാട്ടിൽ ഉത്ഖനനവും സിന്ധുനദീതട ചിഹ്നങ്ങളും, ലിഖിതങ്ങളിലെ അളവുകളും, ചിഹ്നങ്ങളും, കയ്യെഴുത്തുപ്രതികൾ, ചെമ്പുതകിടുകൾ, പഴയ അളവുകൾ. ആദ്യത്തെ വിജ്ഞാനകോശം, ചിഹ്നങ്ങളെക്കുറിച്ചുള്ള പുസ്തകങ്ങൾ, ചിഹ്നങ്ങളെക്കുറിച്ചുള്ള ലേഖനങ്ങൾ, ചിഹ്നങ്ങളുടെ ശേഖരണം, 'വിജ്ഞാന കോശത്തിന്റെ ഘടന' മുതലായ വിഷയങ്ങൾ കൊടുത്തിട്ടുണ്ട്.

അളവ്ചിഹ്നങ്ങൾ എന്ന രണ്ടാം ഭാഗത്തിൽ എണ്ണൽ, മുകത്തൽ, നിറുത്തൽ, നീട്ടൽ എന്നീ അളവുകൾ സൂത്രവാക്യത്തിന്റെ അടിസ്ഥാനത്തിൽ നൽകിയിട്ടുണ്ട്. ദൂരത്തിന്റെ അളവ് ചിഹ്നങ്ങൾ എന്നിവ അളവിന്റെ അടിസ്ഥാനത്തിൽ വിജ്ഞാനകോശം സമാഹരിച്ചതിനെ നൽകുന്നു. (പെരുങ്കുളി എന്നു അറിയപ്പെടുന്ന എണ്ണൽ സംഖ്യ ചിറുകുളി എന്ന് അറിയപ്പെടുന്ന ഒന്നിന്

താഴെയുള്ള അക്കം എന്ന രണ്ട് തരം ചിഹ്നങ്ങൾ പട്ടികപ്പെടുത്തിയിട്ടുണ്ട്. ഭിന്ന സംഖ്യ ചിഹ്നങ്ങൾ തമിഴിന്റെ മാത്രം പ്രത്യേകതയാണ്.

ഗണിതശാസ്ത്ര പരിജ്ഞാനത്തിൽ തമിഴർ മികവ് പുലർത്തിയിരുന്നു. അളവുകൾ ഇല്ലാതെ മനുഷ്യജീവിതത്തിൽ ഒന്നും ചെയ്യാൻ കഴിയില്ല.

ഗണിത ശാസ്ത്ര പരിജ്ഞാനത്തിന്റെ ഈ കാലഘട്ടത്തിൽ പോലും മറ്റൊരു ഭാഷയ്ക്കും ചിഹ്നങ്ങൾ ഇല്ലാത്തതിനാൽ തമിഴ് അക്കങ്ങൾ വളരെ പുരാതനമാണ്. എന്തും കൃത്യമായി അളക്കാൻ കഴിയും. ഇതെല്ലാം ഇന്ന് കാണാതിരിക്കുന്നത് നിർഭാഗ്യകരമാണ്.

നമുക്ക് ചിഹ്നങ്ങൾ ഉപയോഗിച്ച് സംഗ്രഹിച്ച് എഴുതാൻ കഴിയും. പഴയകാലങ്ങളിൽ തമിഴ് സംഖ്യകൾ പൂജ്യമില്ലാതെ എഴുതിയിരുന്നു. ഉദാ: ௰௲ (10,000).

വിജ്ഞാനകോശത്തിന്റെ മൂന്നാം ഭാഗം അളവ് അതല്ലാത്ത ചിഹ്നങ്ങളുടെ അർത്ഥത്തെ അടിസ്ഥാനമാക്കി അക്ഷരമാലാക്രമത്തിൽ ക്രമീകരിച്ചിരിക്കുന്നു.

ശിലാശാസനങ്ങളിലേയും കയ്യെഴുത്തുപ്രതിയിലേയും അക്ഷരങ്ങളുടെ സംയോജനത്തെ കുറിച്ചാണ് നാലാം അദ്ധ്യായം പ്രതിപാദിക്കുന്നത്.

'പ്രമാണങ്ങളിലെ തമിഴ് അക്ഷരഘടന' എന്ന അഞ്ചാം ഭാഗം തമിഴ് അക്ഷരചിഹ്നങ്ങളെക്കുറിച്ചു പരിശോധിക്കുന്നു.

ആറാമത്തെ ഭാഗമായ 'അളവു സൂത്രവാക്യങ്ങളിൽ' നമ്മുടെ വൂർവ്വികർ ആവിഷ്കരിച്ച അളവു സൂത്രവാക്യങ്ങളെ കുറിച്ചുള്ള വിവരങ്ങൾ നൽകുന്നു.

'ഭൂ അളവ് വായ്പ്പാടുകളും ചിഹ്നങ്ങളും' എന്ന ഏഴാമത്തെ ഭാഗത്തിൽ മുന്തിരി മുതൽ മാ വരെയുള്ള നമ്മുടെ പൂർവ്വികർ നിർദ്ദേശിച്ച സംഖ്യാസൂത്രവാക്യങ്ങളെ നൽകുന്നു.

ഒന്നിന് താഴെയുള്ള സംഖ്യകൾ എന്ന എട്ടാം ഭാഗത്ത്, ഒന്നിനു താഴെ പൂർണ സംഖ്യ *(whole number)* ഇല്ലെന്നും നിലവിലുള്ളതെല്ലാം ഒന്നിന്റെ വിശകലനമാണെന്നും കാണാം. ഭിന്നസംഖ്യകളും വിശദമായി നൽകിയിട്ടുണ്ട്.

അളവുളുടെ ഫോട്ടോകൾ എന്ന ഒൻപതാം വിഭാഗത്തിൽ അളവുകളുടെ ഫോട്ടോകൾ തൽകിയിരിക്കുന്നു. അനുബന്ധത്തിൽ 1. കന്നഡ അക്കങ്ങളുടെ പരിണാമം. 2. തെലുങ്ക് അക്കങ്ങളുടെ പരിണാമം. 3. ദേവനാഗരി അക്കങ്ങളുടെ പരിണാമം എന്നിവ പട്ടികപ്പെടുത്തിയിട്ടുണ്ട്.

അവസാന വിഭാഗത്തിൽ ഗ്രന്ഥ സൂചിക ഉൾപ്പെടുന്നു.

Symblos: Evolution and Expansion

Specializations of Language:

Language plays a vital role in the lives of human beings. It expresses the feelings of human beings beautifully. Language relates the meaning of a word and its sound. It's unknown how it's interconnected. Tolkāppiyar clearly points out this as, "moḻi-p-poruḷ kāraṇam viḻippa-t-tōṉṟā " (uriyiyal - 877).

Language is the creation of ordinary people. Though there are spoken and written forms in a language, spoken language is the vitalism of a language. More than 7000 languages are in use around the world. Among that, 2000 languages are spoken in India alone. So, India came to be known as the Museum of Languages. The United Nations conveys that in every two weeks a language is becoming extinct and most of the Languages, without written format are becoming more and more endangered. There is no doubt that the Tamil language has an excellent foundation.

Linguists began the study of linguistics by observing monkeys. It is observed that the monkeys have made 31 gestures and 18 facial expressions to its herd. Everyone knows that man is the evolution of apes! In such a way, Language extends into gestures, sounds, written format, words and syntax.

Tools for language development

The earliest ideas of man emerged in the form of paintings and symbols. The result of people trying to summarize their thoughts was the basis for the emergence of symbols. From the Indus Valley Civilization to the nineteenth century AD, people wrote extensively using symbols on inscriptions, manuscripts, copper plates, pottery, and coins.

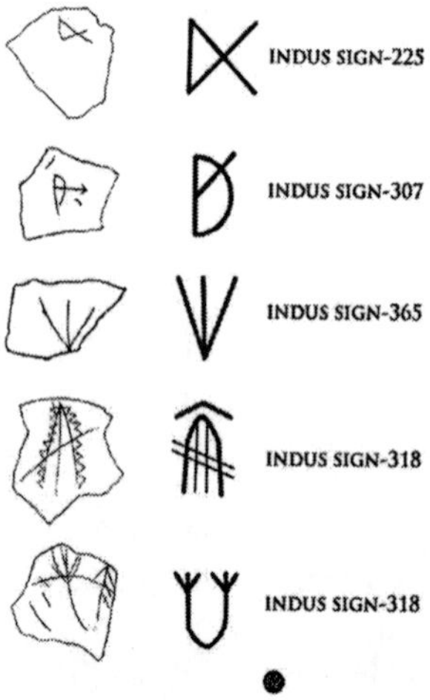

symbols in kīḻaṭi and cintuveḷi

scratches and symbols at kīḻaṭi

Weighing stones found at kīḻaṭi

cintuveḷi symbols found near tiruuttirakōca maṅkai

After the emergence of the written form of language, human beings begin to express their thoughts and feelings in various written forms by using stonewalls, clayey, metalliferous, board, woodchips, leather, tusk, conch, oyster, cloth, rocks, pillars, temple walls, Copper plates, coins and palm leaf manuscripts. Such scripts play a significant role to know more about our ancient civilizations, Culture and history.

Excavations and Indus Valley symbols in TamilNadu

In TamilNadu, excavations have been carried out so far in more than 40 places such as Parikkulam, Thiruthangal, Mangudi, Modur, Kovalan Pottal, Anaimalai, Pallavamedu, Boluvan Patti, Perur, Panayakulam, Kurumbanmedu, Kannanur, Tirukovilur, Vasavasamudram, Poompukar, Thondi, Korkai, Alakankulam and Pattarai Perumbudur. The excavation carried out in keeḻadi brings out the ancient life of the Tamil People (2600 years ago).

The kīḻaṭi. excavations exposed the usage of Brick structures, wells, roofing tiles, gold ornaments, copperware, iron tools, Glass, gems and pottery by the ancient people. It reveals the growth of civilization of the Tamil people. This shows that it is the ideal place for human habitation from the beginning to till date.

Weighing instruments (four weighing instruments of 8, 18, 150, 300 grams in compact flat bottomed cylindrical shapes) were also found in the excavation of kīḻaṭi. This makes it clear that the trade was a special event. Weighing stones have also been found in the Indus Valley. But this is the first time, it is available in 300 gram. Also, in more than 50 broken pieces of pottery found, the Tamizhi characters indicate our antiquity. The period of Tamizhi is referred to as 6th century BC. It is clear that our Tamilkudi is a literate society.

Symbols have also been found in written forms in the excavations of Azhagankulam, Kodumanal, Karur, Theriruveli, Uraiyur, Mankulam and Perur in TamilNadu. Symbols found in the excavations were in written forms and it reflected the thoughts of the people of Stone Age and Iron Age. (Page. 7, - kīḻaṭi – vaikai nathi-k-karaiyil saṅgakāla nāgarikam, Tamil Nadu Government Archaeological Department, 2019).

Symbols found in places, including kodumanal are scratched to convey a message or to communicate something. But the meaning of what they give has not been explained till date. In the excavation of kīḻaṭi, most of the Scratches, symbols and patterns found on the pottery (in black, red, black and red) were in engraved condition before and after firing.

The symbols found in Sri Lanka - towns like ticamaharama, kantarōṭai, māntai, ritiyakāmāas were as same as the symbols found in kīḻaṭi.

In the Indian subcontinent, symbols are widely collected. In South India 75% of the symbols were found in TamilNadu. The fact that the symbols found in the Indus Valley and the kīḻaṭi are similar .There is no doubt that this feature will be a great support in the study of language and symbols.

Are symbols or scratches Pre-Tamizhi(before Brahmi)? Or did a language system have scratches? Symbols and Tamizhi characters were found in the subsequent excavations at kīḻaṭi and it is the moment to explore.

The most ancient scripts found in India are the Indus Valley Scripts and it is 4500 years old. Archaeologists say that there was a line forma between the outer Indus line forms and the Tamizhi. This line forma is referred to as symbols and scratches. Archaeologists are still struggling to gather enough evidence before reaching the final conclusions about the origin of the Indus Valley Scriptures. These are considered to be an extension of the Indus Valley written format and the forerunner of the Tamizhi form.

Recently (14/03/2021) in tiru uttirakōsa maṅkai, rāmanātapuram dis trict, pottery tiles were found in an area of about 20 acres. The 3 symbols found here are the same as the symbols found in the Indus Valley . Number 125 (in 'tha' form), 137 (in multiplication code), 365 (in the form of the scepter where the three lines meet at one point). These symbols have also been found in the excavation of kīḻaṭi . These symbols were revealed by the Teacher Muniyasamy and his students Vishal and Aruldas through their fieldwork.

Measurements and symbols in Inscriptions

The letters engraved on the stone are called Inscriptions. Inscriptions play a primary role in revealing history. Most of the inscriptions widely available in India are Tamil Language inscriptions and most of them are found in temples. Inscriptions reveal the gifts given by the king to the temple and the people, and the charities given by the individuals to the temple. Perhaps the purpose of the inscriptions was to make charities known to others. Donations were given in the form of gold, goods and land. They were properly measured and given. Due to this, most of the inscriptions have measurement names and symbols. Those give more messages in less space clearly. An example would be 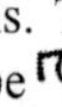, putting this symbol in place of aaraikkāṇi Most of the symbols are about measurements. Intermediate symbol in inscriptions Manuscripts and Copperplates are difficult to read. It will be easier to read by practicing symbols and joint syllables.

Manuscripts

Manuscripts are found in a variety of contexts in Literature, Siddha medicine, Astrology, Ballads, Dramas, Narrative, Proverbs, Lyrics, Accounts, Historical Documents, Religion, Myth, Musicals, oyil kummi, Oyilattam, Mantra, science (cāttiram) books, nikaṇṭu (Metrical gloss containing synonyms and meanings of words), Dictionaries, Symbolic Documents (Modi Documents), School students number system and business.

During the Monarchy period Manuscripts, Inscriptions and Copper plates,coins were very important. In the ancient times news was first recorded in manuscripts. The manuscript with the King's order is called Thirumugam. The news in the Manuscripts is later recorded in the inscriptions and Copper plates and were placed for public view. It is known that then the Government had the manuscripts and copper plates. The one who listens to the oral opinions of the king and utters is called as tiruvāykkē̱lvi. These may have been reported in inscriptions, manuscripts and copper plates.

Individual man made donations to the temple are recorded in copper plates. (a copper plates bond written by āmaṇacci in karumapuram kaṇṇāḷar to pay gift to Pillaiyar Swami – is found in Kanyakumari Inscriptions Volume No. 1/1968/27). And a palm leaf manuscript states that (cempināṭṭu araṅkaṉ perumāḷ has given donation to the empirāṉ cīpaṇṭāram and is found in Kanyakumari Inscriptions Volume No; 1/1968/28). All donations were registered in inscriptions. Only royal decrees are recorded in all the three forms like manuscripts, copper plates, and in inscriptions.

The usage of palm leaf Manuscripts are high in TamilNadu. ōlaikkaṇakkar, eḻuttāḷaṉ (writer) nūliyalār are referred to as authors and users of manuscript in literature (nālaṭiyār 397, akanāṉūṟu-84 and 207, kuṟuntokai -90, respectively).

Inscriptions reveals matyastaṉ, karaṇattāṉ, ūr-kōvil-nakarakaṇakkarkaḷ, tirumantiraōlai, tirumantira ōlaināyakam, tiṇai as the authors of the manuscript documents (found in manuscript, S. Rajagopal, page 108, āvaṇam Magazine 8, TamilNadu Archaeological Society).

There are many references about the authors in the inscriptions and manuscripts. Though the letters, words and sentences are recorded incorrectly, there is no mention of error in any news . Manuscript researchers call these errors as typos, sentence error, and sentence change and manuscript crime. Rat infestation, incision, and cell erosion were also considered as crimes.

The words found in the manuscript are with variations of short vowel, long vowel and consonants like l̲a, ḷa, ṇa, na, n̲a, ra, r̲a with variations in the script. You can see the symbols and joint letters in the manuscripts. Dots do not appear in consonants for the reason that the manuscript will be torn. A similar pattern exists in the inscriptions. Inscriptions written once and reveal history over time. Manuscripts can be well preserved for up to 400 years. Manuscripts should be rewritten after 400 hundred years. Such copying was called editing and recopy.

After the invention of the printing press, news began to be printed on paper. Numerous texts can be copied easily. News printed on paper does not need to trace whether the title is original? Or Copy Manuscript? Or guides? as it is checked in the Manuscripts. Modern inventions have changed our lives. The practice of writing on inscriptions and manuscripts has declined. The government still has a habit of printing coins and engraving inscriptions. However they did not give the old attraction. Now the manuscripts are not in use.

Copper plates

The copper plates do not perish as naturally as the manuscripts. The ancient people buried the copper plates in the earth to preserve them. Many of the copper plates were destroyed for the use of copper. There is a report that 1561 copper plates have been found in India so far (489 copper plates are available in TamilNadu alone). No doubt it would have been more than that. Copper plates were not taken for symbols research. However, since the same message was engraved on inscriptions, manuscripts, and copper plates, this encyclopedia also helps to read the copper plate.

Old measurements

The rulers of us, including the English, began to change our microscopic measurements. We have lost our identity in measurements as modern life has become synonymous with the world. It is not known to what extent fractional numbers such as muntiri (1/320), araikkāṇi (1/160), mā (1/20), vīcam (1/16) are some of the fractional numbers used by a few old land owners to measure. Fractional numbers are still in use in mathematics.

The quantity measurements have changed completely. For example liquids such as oil, milk and ghee which is measured today, in kilograms. There are only a few measurements in the use such as ul̲akku, āl̲ākku, kōṭṭai, marakkāl.

Old weight measurements such as kun̲r̲i, mañcāṭi, palam are not in use nowadays. It has been changed into milligrams, grams, kilos. Now, street vendors are using weighing stones. Modern electronic weighing machines have come into use by all.

In the linear measurement, measures like kōl, pāṭakam disappeared and a few measures like cāṇ, muḻam are used. Nowadays we have customized it as hectare, acre, cent, meter.

A specific number and measurement have more than one symbol and meanings. The same symbol gives different meanings that are included in the encyclopedia. This writing method and symbols may have been affected and influenced by Pallavas, Pandyas, Cholas, Cheras, Venadus, Travancore, Islamists and Nayaks period as a result of their periodic reign and displacement of the people.

First Encyclopedia

This encyclopedia is intended to address the issue of symbols that have not yet ever been published in encyclopedia form. The basic study of this encyclopedia is based on the kalveṭṭukkaḷil aḷavaik kuṟiyiṭukaḷ - Neythal publication, Chennai (written by the author of this book). Based on a thousand (1000) inscriptions, this book contains more than 190 symbols.

Books about symbols

Measurement symbols can be found in the following books. aṟu-vakai-ilakkaṇam (sixth grammar of tamil) composed by taṇṭapāṇi-cuvāmikaḷ, koṟukkaiyūr-kārināyaṉār's kaṇa-k-katikāram (Mathematical Book), kaṇita-nūl (Mathematical Book), āṟumuka-nāvalar's pāla-pāṭam, pulavar pā.kaṇṇaṉ's tamiḻ-cuvaṭikaḷil-eṇ-kaṇitam (mathematics in tamil manuscripts), maturai-nāvili-p-perumāḷ's āstāṉa-kōlākalam (Mathematical Book), periya-keṭṭilakkam (measurements symbols with maths), Dr.S.Siva's kalveṭṭu-k-kaḷil aḷavai-k-kuṟiyiṭukaḷ (measurement symbols in inscriptions).

Articles on Symbols

Measurement symbols can be found in the various articles given such as, Mr. S. Ganesan's article on the tamiḻakattu-aḷavai-muṟai (Measure method of Tamilnadu) about Numerical Measurements symbols (AD 1968 Handbook, Second World Tamil Conference, Chennai}. Dr. Rajagopal's essay on ōlai-c-cuvaṭikaḷil-eḻuttu-muṟai speaks about measurement symbols and short letters in manuscripts (1997, āvaṇam, Magazine-8, Tamil Nadu Archaeological society, Thanjavur). Dr.Rajagopal's article on symbols in Tamil Brahmi inscriptions, about number four and kaḻañcu, (āvaṇam, Magazine 4, Tamil Nadu Archaeological Society, Thanjavur). Great Archaeologist Iravatham Mahadevan's article on aḻakaṉkuḷam-pāṉai-ōṭṭil-eṇ-ilakkaṅkaḷ

(Numbers on Azhagankulam Pot - 2004, āvaṇam, Magazine 15, TamilNadu Archaeological society, Thanjavur) about the numbers (eight, one hundred and four) in Brahmi.

Dr.S. Siva (Author of this book) in his article titled aṟu-vakai ilakkaṇam-kūṟum-aḷavai-k-kuṟiyīṭukaḷ has compiled the references given by taṇṭapāṇi-cuvāmikaḷ in the form of 55 symbols (muntiri - 2 symbols, arai-k-kāṇi - 2 symbols, mu-k-kāṇi, kāṇi - 2 symbols, mā - 2 symbols, orumā- 2 symbols, irumā- 2 symbols, mummā- 2 symbols, nāṉmā- 2 symbols , kāl - 2 symbols, arai - 2 symbols, mukkāl- 2 symbols, araimā, arai-k-kāl, one to ten, āyiram, āḻākku, uḻakku, nāḻi, kuṟuṇi, patakku, tūṇi, kalam, āka, ikku, nel, caṅkili, mā-kāṇi, mūṉṟu-mākāṇi, kōṭi, kīḻ, cōṭu or ceviṭu, uri, marakkāl, mu-k-kuṟuṇi, kōṭṭai, ilakkam) formed (2011, āvaṇam, Magazine 22, TamilNadu Archaeological society, Thanjavur).

Dravidian Encyclopedia (volume 1, page - 438, Mathematics in south india, published by the international school of linguistics, Thiruvananthapuram, 1990) records some measurements symbols used in South India, especially in South Travancore. They are hundred, one to ten, three quarters, half, quarter, arai-k-kāl, iraṇṭu-mā, mā-kāṇi, oru-mā, arai-mā, kāṇi, arai-k-kāṇi, muntiri, kīḻ-k-kāl, mūṉṟu-kāṇi, nālu-mā, mūṉṟu-mā, arai-k-kāl-muntiri.

Maa.Senthil Selvakumaran's Tamil Numbers, measurements, symbols {AD 1989 Doctoral dissertation, Madurai Kamarasar University, Madurai) examines symbols based on chronology.

Aggregation of symbols

Dr. Ira. Mathivanan's sindhuveli tamil numbers, later basic tamil numbers and the tamil numbers of the third tamil Sạngam (tirāviṭa makkaḷiṉ cintuveḷi eḻuttukkaḷ - page 145) have been used for this encyclopedia.

North India Brahmi Numerals, Tamizhi Numerals, Malayalam Numerls also taken in this Encyclopedia.

Symbols (more than 25 numbers) have been used in this encyclopedia available at Kanyakumari District- āralvāymoḻi- vaṭa-k-kūr Ganesha Temple inscription, āralvāymoḻi akalikai-ūttu inscription, irēntira-c-cōḻaṉ's karuppu-k-kōṭṭai shiva temple inscription, tericaṉaṅkōppu inscription.These were altered in print from the Kanyakumari district inscriptions published by the Archaeological department of TamilNadu. Some symbols were not registered.

In TamilNadu, symbols are mos tly used in kanyakumari district inscriptions. Symbols are found throughout the inscription in tericaṉaṅkōppu

(AD 1558- Kanyakumari district Inscriptions, Volume 5/1969/60). The inscription is placed for only public reading. Hence, it reveals the clear knowledge of the people.

Dr.S.Thamaraipandian's (katai-p-pāṭal cuvaṭi-tiraṭṭum-patippum - 6 volumes) registered manuscripts such as vallāḷa-makarācan̲-katai, vaḷḷi-t-tirumaṇam kur̲iñc-i-ppāṭṭu-oppāyvu, kuyila-vaṇṇān̲-katai, man̲n̲an̲-karuṅkāli-vātai-k-katai, kapāla-k-kāran̲-pir̲avi-p-pōr-k-katai datas have used in this encyclopedia. And also collected symbols from Dr.Thamaraipandain's manuscripts like ān̲ai-vākaṭa-c-cuvaṭi, cān̲anta-kāṇēca- purāṇam-cuvaṭi, kaṇṭi-katir-kāma-vēlan̲-mālai, cūra-camkāra-paraṇi-c-cuvaṭi, māṭu-vākaṭa-c-cuvaṭi, akattiyar-kan̲ma-vākaṭam, ān̲ai-c-cāttiram-āmaiyar-ammān̲ai which were helped for the encyclopedia.

Dr.T.Girija's mīn̲āṭci-aṭṭa-t-tikku-vicaya-ammān̲ai-c-cuvaṭi, manuscript was also useful in this encyclopedia development.

The Brahmi numbers are given in the article "Numbering and measuring sys tems in Tamil inscriptions" by Dr. S. Rasagopal, Archaeologist. Which were used in this book.

In the article "symbols and Numerals in ancient land records- A study based on Goturuth church record" Dr.G.Sajina (Assistant professor, Department of Cultural Heritage studies, Thunchath Ezhuthanchan Malayalam University, Tirusur) has given symbols for words including vakai (Classify by its common; Fundamental character) Thousand (2 symbols), Buddhan (Old Cochin Coin) etc. The symbols used in this encyclopedia.

In the article Mathematical tradition: An epigraphical perspective, Malayalam historian Dr.Raghavavariyar gives Symbols for Malayalam numerals, fractions, Quantity, Weight, linear measurements. The symbols of muṇṭāṇi, araikkāl, mukkāl, irutūṇi, muttūṇi, nār̲tūṇi, tuṭam, par̲a, iṭaṅkal̲i, mañcāṭi, kācu which he has recorded are taken in this encylopedia.

Essay on cuvaṭikaḷil-patippu-c-cikkalkaḷ in McKenzie's manuscripts (Edition problems in Manuscript), by Dr. S. Sowndarapondian (Curator, Government Manuscript Library, Chennai-5) gives symbols for words such as vakai (Classify by its common; Fundamental character), nañcai (Wetland), puñcai (Dryland), mutal (From-Such sequence as from to; Primary document) etc ...which were given in this book.

Dr. Sainaba (Department of Manuscripts, University of Kerala, Kariyavattom, Thiruvananthapuram) explained the Malayalam numerals in their essay on cuvaṭi-vāyppāṭu (Manuscript formulas). Which was useful to develop this encylopedia.

Encyclopedia structure

The language structure of this encyclopedia is symbols - Tamil - Tamil - Transliteration of Tamil - Malayalam - English. Features of this encyclopedia having 646+126=772 (In the Apendix kannada,telugu, devanagari symbols are enclosed. Totally 126 Numerical symbols available.) Measurements symbols, 242 Non Measurements symbols , 64 Joint letters, 49 Tamil characters (Total 1,127).

The encyclopedia is set in the following topics.

1. Symblos: Evolution and Expansion
2. Measurement symbols
3. Non - Measurement symbols
4. Joint - Letter symbols
5. Format of Tamil letters in documents
6. Measurement formulae
7. Land measurement formulae and symbols
8. Number under One
9. Photos of measurements

The first part of the encyclopedia is designed on the topic of Symblos: Evolution and Expansion, which included on the topics of Specializations of Language, Tools for language development, Excavations and Indus Valley symbols in Tamil Nadu, Measurements and symbols in inscriptions, Manuscripts, Copper plates, old measurements, First encylopedia, Books about symbols, Articles on Symbols, Aggregation of symbols, Encyclopedia structure.

The second chapter, gives Numerical, quantity, weight, and linear measurement symbols, based on measurement formulae. (There are two types of symbols listed, namely Perunguli -Top digit called Melilakkam and Sirukuli - small digit called Keelilakkam. Fraction symbols which are not seen in other languages are unique to Tamil).

Our Tamil ancestors excelled in mathematical knowledge. Nothing can be done in human life without measurements.

Tamils have used symbols for subtle measurements of numerical, Quantity, Weight, Linear .

Even in this age of mathematical knowledge, Tamil numerals are very ancient comparatively no other language has symbols; Anything can be measured accurately. It is unfortunate that all of these are missing today.

We Can write briefly with symbols. E.g. ௰௲ (10,000). Tamil numerals were written without zero in the olden days

The third chapter explains about the 242 Non-measurements symbols.

The fourth part deals with the combination of two letters in the inscription and the manuscript.

The fifth part, Format of Tamil Letters in documents speaks about the tamil letter shapes in the documents.

The sixth part, Measurement formulae gives information about the Measurement formulae devised by our ancestors.

The seventh section, Land Measurement formulae and Symbols, gives the small digit formulae devised by our forefathers, from muntiri to mā.

In the eighth part of the Number under one, it can be seen that there is no whole number below one and that all that exis ts is an analysis of one. Fractions are also given in detail.

Measurement photos are given in the ninth Chapter called Measurement Photos.

After the bibliography, in the appendix,

1. Evoluation of Kannada Numerals,

2. Evoluation of Telugu Numerals,

3. Evoluation of Devanagari Numeral are tabulated.

2

அளவைக் குறியீடுகள்

இப்பகுதியில் மேல்வாயிலக்கம் அல்லது மேலிலக்கம் அல்லது பேரிலக்கம் என அழைக்கப்படும் பின்னம் அல்லாத எண்ணல் அளவைக் குறியீடுகள் – *393* (மேல் வாயிலக்கம் என்பது ஒன்று தொடங்கி மேல் நோக்கி எண்ணப்படும் எண் முறையைக் குறிப்பதாகும். தற்காலக் கணிதத்தில் இயல் எண்கள் – *Natural Numbers* என அழைக்கப்படுகின்றன). கீழ்வாயிலக்கம் அல்லது கீழிலக்கம் அல்லது சிற்றிலக்கம் எனக் கூறப்படும் ஒன்றுக்குக் கீழ்ப்பட்ட எண்ணல் அளவைக் குறியீடுகள் *(Multifications of Fractions) – 122*, பொருட்களை முகந்து அளக்கும் முகத்தல் அளவைக் குறியீடுகள் – *100*, பொருட்களைத் தூக்கி அளக்கும் நிறுத்தல் அளவைக் குறியீடுகள் – *25*, நிலம் சார்ந்த நீட்டல் அளவைக் குறியீடுகள் – *6* (மொத்தம் – *646*) இடம்பெற்றுள்ளன.

அளவைக் குறியீடுகள் – கலைக்களஞ்சியம், அளவைகளின் வாய்ப்பாடு வரிசை அடிப்படையில் தரப்பட்டுள்ளன. குறியீடுகளில் சிறு சிறு மாற்றம் இருப்பினும், அவையும் பட்டியலிடப்பட்டுள்ளன.

അളവ് ചിഹ്നങ്ങൾ

ഇതിൽ എണ്ണൽ സംഖ്യ എന്ന് വിളിക്കപ്പെടുന്ന ഭിന്നസംഖ്യ അല്ലാത്ത അളവ് ചിഹ്നങ്ങൾ 393 കൈകാര്യം ചെയ്യുന്നു. (ഒന്നിൽ നിന്ന് ആരംഭിക്കുന്ന മുകളിലേക്കുള്ള അക്കങ്ങളുള്ള ഒരു സിസ്റ്റത്തെ സൂചിപ്പിക്കുന്നു. ആധുനിക ഗണിതത്തിൽ ഇവ എണ്ണൽ സംഖ്യകൾ–*Natural Number* ഐന്ന് അറിയപ്പെടുന്നു). ഒന്നിനു തഴെ വരുന്ന അളവ് ചിഹ്നങ്ങൾ *(Multiplication of Fractions 122,* മുഖത്തൽ അളവുകൾ–100, ഭാരം തൂക്കി അളക്കുന്ന ഭാര ചിഹ്നങ്ങൾ –25, ഭൂമി അടിസ്ഥാനമാക്കിയുള്ള രേഖീയ അളവു ചിഹ്നങ്ങൾ–6 (ആകെ–646). എന്നിവ ഉണ്ട്. നിഘു സൂത്രവാക്യത്തിന്റെ ക്രമത്തെ അടിസ്ഥാനമാക്കിയാണ് അളവ് ചിഹ്നങ്ങൾ ചിട്ടപ്പെടുത്തിയിരിക്കുന്നത്. ചിഹ്നങ്ങളിൽ ചെറിയ മാറ്റമുങ്കെിൽ അവയും പട്ടികപ്പെടുത്തിയിട്ടു്.

Measurement Symbols

This Chapter deals with a 393, top digit non – fractional measurement symbols (Overlay is a number system that leads to counting upwards). It is identified as "natural numbers" in the contemporary mathematics. There are 122 small digit numerical measurement symbols (Multifications of fraction), 100 Quantity measurement symbols, 25 measurement of weight symbols and 6 land based linear measurement symbols given here (Total – 646). On the Basis of measurement formulae this Encyclopedia of measurement symbols is framed. Measurement are listed on the basis of tiny changes occurred in the symbols.

எண்ணல் அளவைக் குறியீடுகள் - மேலிலக்கம்

 oṉṟu; ஒன்று; ഒന്ന്; one

 oṉṟu; ஒன்று; ഒന്ന്; one

 oṉṟu; ஒன்று; ഒന്ന്; one

 oṉṟu; ஒன்று; ഒന്ന്; one

 oṉṟu; ஒன்று; ഒന്ന്; one

 oṉṟu; ஒன்று; ഒന്ന്; one

 oṉṟu; ஒன்று; ഒന്ന്; one

 oṉṟu; ஒன்று; ഒന്ന്; one

 oṉṟu; ஒன்று; ഒന്ന്; one

 oṉṟu; ஒன்று; ഒന്ന്; one

 oṉṟu; ஒன்று; ഒന്ന്; one

 oṉṟu; ஒன்று; ഒന്ന്; one

 oṉṟu; ஒன்று; ഒന്ന്; one

 oṉṟu; ஒன்று; ഒന്ന്; one

 iraṇṭu; இரண்டு; രണ്ട്; Two

 iraṇṭu; இரண்டு; രണ്ട്; Two

 iraṇṭu; இரண்டு; രണ്ട്; Two

 iraṇṭu; இரண்டு; രണ്ട്; Two

 iraṇṭu; இரண்டு; രണ്ട്; Two

 iraṇṭu; இரண்டு; രണ്ട്; Two

 iraṇṭu; இரண்டு; രണ്ട്; Two

 iraṇṭu; இரண்டு; രണ്ട്; Two

 iraṇṭu; இரண்டு; രണ്ട്; Two

 iraṇṭu; இரண்டு; രണ്ട്; Two

 iraṇṭu; இரண்டு; രണ്ട്; Two

 iraṇṭu; இரண்டு; രണ്ട്; Two

 mūṉṟu; மூன்று; മൂന്ന്; Three

 mūṉṟu; மூன்று; മൂന്ന്; Three

 mūṉṟu; மூன்று; മൂന്ന്; Three

 mūṉṟu; மூன்று; മൂന്ന്; Three

 mūṉṟu; மூன்று; മൂന്ന്; Three

 mūṉṟu; மூன்று; മൂന്ന്; Three

 mūṉṟu; மூன்று; മൂന്ന്; Three

 mūṉṟu; மூன்று; മൂന്ന്; Three

 mūṉṟu; மூன்று; മൂന്ന്; Three

 mūṉṟu; மூன்று; മൂന്ന്; Three

 mūṉṟu; மூன்று; മൂന്ന്; Three

 mūṉṟu; மூன்று; മൂന്ന്; Three

 mūṉṟu; மூன்று; മൂന്ന്; Three

 mūṉṟu; மூன்று; മൂന്ന്; Three

 mūṉṟu; மூன்று; മൂന്ന്; Three

 nāṉku; நான்கு; നാല്; Four

 nāṉku; நான்கு; നാല്; Four

 nāṉku; நான்கு; നാല്; Four

 nāṉku; நான்கு; നാല്; Four

 nāṉku; நான்கு; നാല്; Four

 nāṉku; நான்கு; നാല്; Four

 nāṉku; நான்கு; നാല്; Four

 nāṉku; நான்கு; നാല്; Four

 nāṉku; நான்கு; നാല്; Four

 nāṉku; நான்கு; നാല്; Four

 nāṉku; நான்கு; നാല്; Four

 nāṉku; நான்கு; നാല്; Four

 nāṉku; நான்கு; നാല്; Four

 nāṉku; நான்கு; നാല്; Four

 nāṉku; நான்கு; നാല്; Four

 nāṉku; நான்கு; നാല്; Four

 nāṉku; நான்கு; നാല്; Four

 nāṉku; நான்கு; നാല്; Four

 nāṉku; நான்கு; നാല്; Four

 nāṉku; நான்கு; നാല്; Four

 aintu; ஐந்து; അഞ്ച്; Five

 aintu; ஐந்து; അഞ്ച്; Five

 aintu; ஐந்து; അഞ്ച്; Five

 aintu; ஐந்து; അഞ്ച്; Five

 aintu; ஐந்து; അഞ്ച്; Five

 aintu; ஐந்து; അഞ്ച്; Five

 aintu; ஐந்து; അഞ്ച്; Five

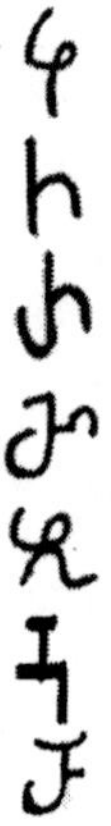

aintu; ஐந்து; അഞ്ച്; Five

aintu; ஐந்து; അഞ്ച്; Five

aintu; ஐந்து; അഞ്ച്; Five

aintu; ஐந்து; അഞ്ച്; Five

aintu; ஐந்து; അഞ്ച്; Five

aintu; ஐந்து; അഞ്ച്; Five

aintu; ஐந்து; അഞ്ച്; Five

aintu; ஐந்து; அஞ்; Five

aintu; ஐந்து; அஞ்; Five

aintu; ஐந்து; அஞ்; Five

aintu; ஐந்து; அஞ்; Five

aintu; ஐந்து; அஞ்; Five

aintu; ஐந்து; அஞ்; Five

aintu; ஐந்து; அஞ்; Five

aintu; ஐந்து; அஞ்; Five

aintu; ஐந்து; அஞ்; Five

aintu; ஐந்து; அஞ்; Five

aintu; ஐந்து; அஞ்; Five

āṟu; ஆறு; ஆற்; Six

āṟu; ஆறு; ஆற்; Six

āṟu; ஆறு; ஆற்; Six

āṟu; ஆறு; ஆற்; Six

āṟu; ஆறு; ஆற்; Six

āṟu; ஆறு; ஆற்; Six

āṟu; ஆறு; ஆற்; Six

āṟu; ஆறு; ஆற்; Six

āṟu; ஆறு; ஆற்; Six

āṟu; ஆறு; ஆற்; Six

āṟu; ஆறு; ஆற்; Six

āṟu; ஆறு; ஆற்; Six

āṟu; ஆறு; ஆற்; Six

āṟu; ஆறு; ஆற்; Six

āṟu; ஆறு; ஆற்; Six

āṟu; ஆறு; ஆற்; Six

āṟu; ஆறு; ஆற்; Six

āṟu; ஆறு; ஆற்; Six

āṟu; ஆறு; ஆற்; Six

āṟu; ஆறு; ஆற்; Six

āṟu; ஆறு; ஆற்; Six

āṟu; ஆறு; ஆற்; Six

āṟu; ஆறு; ஆற்; Six

āṟu; ஆறு; ஆற்; Six

ēḻu; ஏழு; ஏழ்; Seven

ēḻu; ஏழு; ஏழ்; Seven

ēḻu; ஏழு; ஏழ்; Seven

ēḻu; ஏழு; ஏழ்; Seven

ēḻu; ஏழு; ஏழ்; Seven

ēḻu; ஏழு; ஏழ்; Seven

ēḻu; ஏழு; ஏழ்; Seven

ēḻu; ஏழு; ஏழ்; Seven

ēḻu; ஏழு; ஏழ்; Seven

ēḻu; ஏழு; ஏழ்; Seven

ēḻu; ஏழு; ഏഴ്; Seven
ēḻu; ஏழு; ഏഴ്; Seven
ēḻu; ஏழு; ഏഴ്; Seven
ēḻu; ஏழு; ഏഴ്; Seven
ēḻu; ஏழு; ഏഴ്; Seven
eṭṭu; எட்டு; എട്ട്; Eight
eṭṭu; எட்டு; എട്ട്; Eight
eṭṭu; எட்டு; എട്ട്; Eight
eṭṭu; எட்டு; എട്ട്; Eight
eṭṭu; எட்டு; എട്ട്; Eight
eṭṭu; எட்டு; എട്ട്; Eight
eṭṭu; எட்டு; എട്ട്; Eight
eṭṭu; எட்டு; എട്ട്; Eight
eṭṭu; எட்டு; എട്ട്; Eight
eṭṭu; எட்டு; എട്ട്; Eight
eṭṭu; எட்டு; എട്ട്; Eight
eṭṭu; எட்டு; എട്ട്; Eight
eṭṭu; எட்டு; എട്ട്; Eight
eṭṭu; எட்டு; എട്ട്; Eight
eṭṭu; எட்டு; എട്ട്; Eight
eṭṭu; எட்டு; എട്ട്; Eight
eṭṭu; எட்டு; എട്ട്; Eight
eṭṭu; எட்டு; എട്ട്; Eight

eṭṭu; எட்டு; എട്ട്; Eight
eṭṭu; எட்டு; എട്ട്; Eight
eṭṭu; எட்டு; എട്ട്; Eight
eṭṭu; எட்டு; എട്ട്; Eight
eṭṭu; எட்டு; എട്ട്; Eight
eṭṭu; எட்டு; എട്ട്; Eight
eṭṭu; எட்டு; എട്ട്; Eight
eṭṭu; எட்டு; എട്ട്; Eight
eṭṭu; எட்டு; എട്ട്; Eight
eṭṭu; எட்டு; എട്ട്; Eight
oṉpatu; ஒன்பது; ഒൻപത്; Nine
oṉpatu; ஒன்பது; ഒൻപത്; Nine
oṉpatu; ஒன்பது; ഒൻപത്; Nine
oṉpatu; ஒன்பது; ഒൻപത്; Nine
oṉpatu; ஒன்பது; ഒൻപത്; Nine
oṉpatu; ஒன்பது; ഒൻപത്; Nine
oṉpatu; ஒன்பது; ഒൻപത്; Nine
oṉpatu; ஒன்பது; ഒൻപത്; Nine
oṉpatu; ஒன்பது; ഒൻപത്; Nine
oṉpatu; ஒன்பது; ഒൻപത്; Nine
oṉpatu; ஒன்பது; ഒൻപത്; Nine
oṉpatu; ஒன்பது; ഒൻപത്; Nine
oṉpatu; ஒன்பது; ഒൻപത്; Nine

oṉpatu; ஒன்பது; ഒൻപത്; Nine

oṉpatu; ஒன்பது; ഒൻപത്; Nine

oṉpatu; ஒன்பது; ഒൻപത്; Nine

oṉpatu; ஒன்பது; ഒൻപത്; Nine

oṉpatu; ஒன்பது; ഒൻപത്; Nine

oṉpatu; ஒன்பது; ഒൻപത്; Nine

oṉpatu; ஒன்பது; ഒൻപത്; Nine

oṉpatu; ஒன்பது; ഒൻപത്; Nine

pattu; பத்து; പത്ത്; Ten

pattu; பத்து; പത്ത്; Ten

pattu; பத்து; പത്ത്; Ten

pattu; பத்து; പത്ത്; Ten

pattu; பத்து; പത്ത്; Ten

pattu; பத்து; പത്ത്; Ten

pattu; பத்து; പത്ത്; Ten

pattu; பத்து; പത്ത്; Ten

pattu; பத்து; പത്ത്; Ten

pattu; பத்து; പത്ത്; Ten

pattu; பத்து; പത്ത്; Ten

pattu; பத்து; പത്ത്; Ten

pattu; பத்து; പത്ത്; Ten

pattu; பத்து; പത്ത്; Ten

pattu; பத்து; പത്ത്; Ten

pattu; பத்து; പത്ത്; Ten

pattu; பத்து; പത്ത്; Ten

pattu; பத்து; പത്ത്; Ten

pattu; பத்து; പത്ത്; Ten

pattu; பத்து; പത്ത്; Ten

pattu; பத்து; പത്ത്; Ten

pattu; பத்து; പത്ത്; Ten

pattu; பத்து; പത്ത്; Ten

pattu; பத்து; പത്ത്; Ten

patiṉoṉṟu; பதினொன்று; പതിനൊന്ന്; Eleven

paṉṉiraṇṭu; பன்னிரண்டு; പന്ത്രണ്ട്; Twele

patiṉmūṉṟu; பதின்மூன்று; പതിമൂന്ന്; Thirteen

patiṉāṉku; பதினான்கு; പതിനാല്; Fourteen

patiṉaintu; பதினைந்து; പതിനഞ്ച്; Fifteen

patiṉāṟu; பதினாறு; പതിനാറ്; Sixteen

patiṉēḻu; பதினேழு; പതിനേഴ്; Seventeen

patiṉeṭṭu; பதினெட்டு; പതിനെട്ട്; Eighteen

pattoṉpatu; பத்தொன்பது; പത്തൊൻപത്; Nineteen

irupatu; இருபது; ഇരുപത്;
Twenty

irupatu; இருபது; ഇരുപത്;
Twenty

irupatu; இருபது; ഇരുപത്;
Twenty

irupatu; இருபது; ഇരുപത്;
Twenty

irupatu; இருபது; ഇരുപത്;
Twenty

irupatu; இருபது; ഇരുപത്;
Twenty

irupatu; இருபது; ഇരുപത്;
Twenty

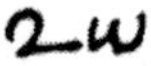
irupatu; இருபது; ഇരുപത്;
Twenty

muppatu; முப்பது; മുപ്പത്;
Thirty

muppatu; முப்பது; മുപ്പത്;
Thirty

muppatu; முப்பது; മുപ്പത്;
Thirty

muppatu; முப்பது; മുപ്പത്;
Thirty

muppatu; முப்பது; മുപ്പത്;
Thirty

muppatu; முப்பது; മുപ്പത്;
Thirty

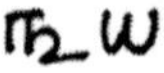
muppatu; முப்பது; മുപ്പത്;
Thirty

muppatu; முப்பது; മുപ്പത്;
Thirty

muppatu; முப்பது; മുപ്പത്;
Thirty

muppatu; முப்பது; മുപ്പത്;
Thirty

muppatu; முப்பது; മുപ്പത്;
Thirty

nāṟpatu; நாற்பது; നാൽപത്;
Fourty

nāṟpatu; நாற்பது; നാൽപത്;
Fourty

nāṟpatu; நாற்பது; നാൽപത്;
Fourty

nāṟpatu; நாற்பது; നാൽപത്;
Fourty

nāṟpatu; நாற்பது; നാൽപത്;
Fourty

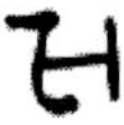
nāṟpatu; நாற்பது; നാൽപത്;
Fourty

nāṟpatu; நாற்பது; നാൽപത്;
Fourty

nāṟpatu; நாற்பது; നാൽപത്;
Fourty

nāṟpatu; நாற்பது; നാൽപത്;
Fourty

nāṟpatu; நாற்பது; നാൽപത്;
Fourty

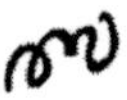
nāṟpatu; நாற்பது; നാൽപത്;
Fourty

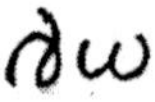
nāṟpatu; நாற்பது; നാൽപത്;
Fourty

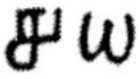
nāṟpatu; நாற்பது; നാൽപത്;
Fourty

 aimpatu; ஐம்பது; അൻപത്; Fifty

 aimpatu; ஐம்பது; അൻപത്; Fifty

 aimpatu; ஐம்பது; അൻപത്; Fifty

 aimpatu; ஐம்பது; അൻപത്; Fifty

 aimpatu; ஐம்பது; അൻപത്; Fifty

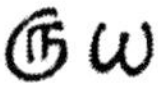 aimpatu; ஐம்பது; അൻപത്; Fifty

 ar̲upatu; அறுபது; അറുപത്; Sixty

 ar̲upatu; அறுபது; അറുപത്; Sixty

 ar̲upatu; அறுபது; അറുപത്; Sixty

 ar̲upatu; அறுபது; അറുപത്; Sixty

 ar̲upatu; அறுபது; അറുപത്; Sixty

 ar̲upatu; அறுபது; അറുപത്; Sixty

 ar̲upatu; அறுபது; അറുപത്; Sixty

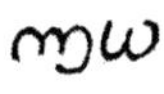 ar̲upatu; அறுபது; അറുപത്; Sixty

 ar̲upatu; அறுபது; അറുപത്; Sixty

 ar̲upatu; அறுபது; അറുപത്; Sixty

 el̲upatu; எழுபது; എഴുപത്; Seventy

 el̲upatu; எழுபது; എഴുപത്; Seventy

 el̲upatu; எழுபது; എഴുപത്; Seventy

 el̲upatu; எழுபது; എഴുപത്; Seventy

 el̲upatu; எழுபது; എഴുപത്; Seventy

 el̲upatu; எழுபது; എഴുപത്; Seventy

 el̲upatu; எழுபது; എഴുപത്; Seventy

 el̲upatu; எழுபது; എഴുപത്; Seventy

 el̲upatu; எழுபது; എഴുപത്; Seventy

 el̲upatu; எழுபது; എഴുപത്; Seventy

 eṇpatu; எண்பது; എൺപത്; Eighty

 eṇpatu; எண்பது; എൺപത്; Eighty

 eṇpatu; எண்பது; എൺപത്; Eighty

 eṇpatu; எண்பது; എൺപത്; Eighty

 eṇpatu; எண்பது; എൺപത്; Eighty

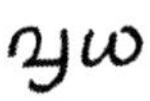 eṇpatu; எண்பது; എൺപത്; Eighty

 eṇpatu; எண்பது; എൺപത്; Eighty

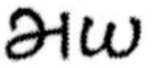 eṇpatu; எண்பது; എൺപത്; Eighty

 toṇṇūṟu; தொண்ணூறு; തൊണ്ണൂറ്; Ninety

 toṇṇūṟu; தொண்ணூறு; തൊണ്ണൂറ്; Ninety

 toṇṇūṟu; தொண்ணூறு; തൊണ്ണൂറ്; Ninety

 toṇṇūṟu; தொண்ணூறு; തൊണ്ണൂറ്; Ninety

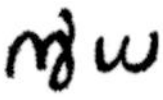 toṇṇūṟu; தொண்ணூறு; തൊണ്ണൂറ്; Ninety

 toṇṇūṟu; தொண்ணூறு; തൊണ്ണൂറ്; Ninety

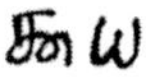 toṇṇūṟu; தொண்ணூறு; തൊണ്ണൂറ്; Ninety

 nūṟu; நூறு; നൂറ്; Hundred

 nūṟu; நூறு; നൂറ്; Hundred

 nūṟu; நூறு; നൂറ്; Hundred

 nūṟu; நூறு; നൂറ്; Hundred

 nūṟu; நூறு; നൂറ്; Hundred

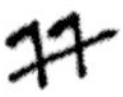 nūṟu; நூறு; നൂറ്; Hundred

 nūṟu; நூறு; നൂറ്; Hundred

 nūṟu; நூறு; നൂറ്; Hundred

 nūṟu; நூறு; നൂറ്; Hundred

 nūṟu; நூறு; നൂറ്; Hundred

 nūṟu; நூறு; നൂറ്; Hundred

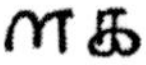 nūṟṟoṉṟu; நூற்றொன்று; നൂറ്റിയൊന്ന്; One hundred one

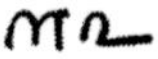 nūṟṟiraṇṭu; நூற்றிரண்டு; നൂറ്റിരണ്ട്; One hundred two

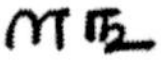 nūṟṟumūṉṟu; நூற்றுமூன்று; നൂറ്റിമൂന്ന്; One hundred three

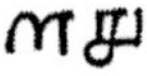 nūṟṟunāṉku; நூற்றுநான்கு; നൂറ്റിനാല്; One hundred four

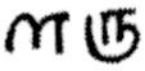 nūṟṟaintu; நூற்றைந்து; നൂറ്റിയഞ്ച്; One hundred five

 nūṟṟāṟu; நூற்றாறு; നൂറ്റിയാറ്; One hundred six

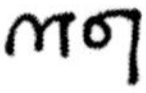 nūṟṟēḻu; நூற்றேழு; നൂറ്റിയേഴ്; One hundred seven

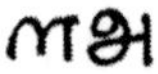 nūṟṟeṭṭu; நூற்றெட்டு; നൂറ്റിയെട്ട്; One hundred eight

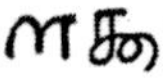 nūṟṟoṉpatu; நூற்றொன்பது; നൂറ്റിയൊൻപത്; One hundred nine

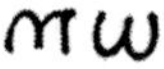 nūṟṟuppattu; நூற்றுப்பத்து; നൂറ്റിപ്പത്ത്; One hundred ten

 nūṟṟirupatu; நூற்றிருபது; നൂറ്റിയിരുപത്; One hundred twenty

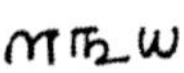 nūṟṟumuppatu; நூற்றுமுப்பது; നൂറ്റി മുപ്പത്; One hundred thirty

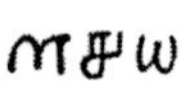 nūṟṟunāṟpatu; நூற்றுநாற்பது; നൂറ്റിനാൽപത്; One hundred fourty

 nūṟṟaimpatu; நூற்றைம்பது; നൂറ്റിയൻപത്; One hundred fifty

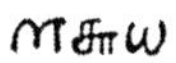 nūṟṟaṟupatu; நூற்றறுபது; നൂറ്റിയറുപത്; One hundred sixty

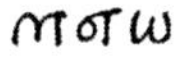 nūṟṟeḻupatu; நூற்றெழுபது; നൂറ്റിയെഴുപത്; One hundred seventy

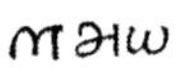 nūṟṟeṇpatu; நூற்றெண்பது; നൂറ്റിയെൺപത്; One hundred eighty

 nūṟṟittoṇṇūṟu நூற்றித்தொண்ணூறு; നൂറ്റിത്തൊണ്ണൂറ്; One hundred ninety

 irunūṟu; இருநூறு; ഇരുന്നൂറ്; Two hundred

 irunūṟu; இருநூறு; ഇരുന്നൂറ്; Two hundred

 irunūṟu; இருநூறு; ഇരുന്നൂറ്; Two hundred

 irunūṟu; இருநூறு; ഇരുന്നൂറ്; Two hundred

 irunūṟu; இருநூறு; ഇരുന്നൂറ്; Two hundred

 irunūṟu; இருநூறு; ഇരുന്നൂറ്; Two hundred

 irunūṟu; இருநூறு; ഇരുന്നൂറ്; Two hundred

 irunūṟu; இருநூறு; ഇരുന്നൂറ്; Two hundred

 irunūṟu; இருநூறு; ഇരുന്നൂറ്; Two hundred

 munnūṟu; முந்நூறு; മുന്നൂറ്; Three hundred

 munnūṟu; முந்நூறு; മുന്നൂറ്; Three hundred

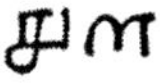 nāṉūṟu; நானூறு; നാന്നൂറ്; Four hundred

 nāṉūṟu; நானூறு; നാന്നൂറ്; Four hundred

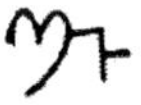 nāṉūṟu; நானூறு; നാന്നൂറ്; Four hundred

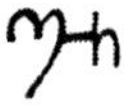 ainnūṟu; ஐந்நூறு; അഞ്ഞൂറ്; Five hundred

 ainnūṟu; ஐந்நூறு; അഞ്ഞൂറ്; Five hundred

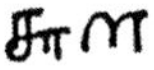 aṟunūṟu; அறுநூறு; അറുന്നൂറ്; Six hundred

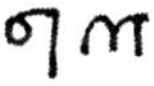 eḻuṉūṟu; எழுனூறு; എഴുന്നൂറ്; Seven hundred

 eḻuṉūṟu; எழுனூறு; എഴുന്നൂറ്; Seven hundred

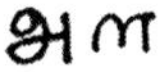 eṇṇūṟu; எண்ணூறு; എണ്ണൂറ്; Eight hundred

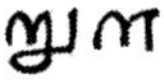 toḷḷāyiram; தொள்ளாயிரம்; തൊള്ളായിരം; Nine hundred

 toḷḷāyiram; தொள்ளாயிரம்; തൊള്ളായിരം; Nine hundred

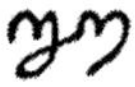 toḷḷāyiram; தொள்ளாயிரம்; തൊള്ളായിരം; Nine hundred

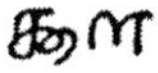 toḷḷāyiram; தொள்ளாயிரம்; തൊള്ളായിരം; Nine hundred

āyiram; ஆயிரம்;
ആയിരം; Thousand

āyiram; ஆயிரம்;
ആയിരം; Thousand

āyiram; ஆயிரம்;
ആയിരം; Thousand

āyiram; ஆயிரம்;
ആയിരം; Thousand

āyiram; ஆயிரம்;
ആയിരം; Thousand

āyiram; ஆயிரம்;
ആയിരം; Thousand

āyiram; ஆயிரம்;
ആയിരം; Thousand

āyiram; ஆயிரம்;
ആയിരം; Thousand

āyiram; ஆயிரம்;
ആയിരം; Thousand

āyiram; ஆயிரம்;
ആയിരം; Thousand

āyiram; ஆயிரம்;
ആയിരം; Thousand

āyiram; ஆயிரம்;
ആയിരം; Thousand

āyiram; ஆயிரம்;
ആയിരം; Thousand

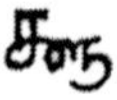
āyiram; ஆயிரம்;
ആയിരം; Thousand

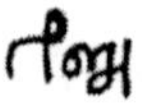
āyiram; ஆயிரம்;
ആയിരം; Thousand

āyiram; ஆயிரம்;
ആയിരം; Thousand

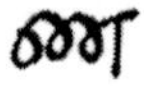
āyiram; ஆயிரம்;
ആയിരം; Thousand

iraṇṭāyiram;
இரண்டாயிரம்;
രണ്ടായിരം;
Two thousand

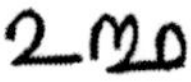
iraṇṭāyiram;
இரண்டாயிரம்;
രണ്ടായിരം;
Two thousand

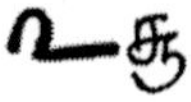
iraṇṭāyiram;
இரண்டாயிரம்;
രണ്ടായിരം;
Two thousand

mūṉṟāyiram;
மூன்றாயிரம்;
മൂവായിരം;
Three thousand

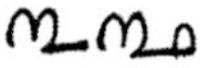
mūṉṟāyiram;
மூன்றாயிரம்;
മൂവായിരം;
Three thousand

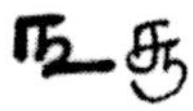
mūṉṟāyiram;
மூன்றாயிரம்;
മൂവായിരം;
Three thousand

nāṉkāyiram;
நான்காயிரம்;
നാലായിരം;
Four thousand

nāṉkāyiram;
நான்காயிரம்;
നാലായിരം;
Four thousand

nāṉkāyiram;
நான்காயிரம்;
നാലായിരം;
Four thousand

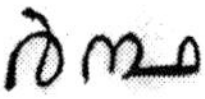

nāṉkāyiram;
நான்காயிரம்;
നാലായിരം;
Four thousand

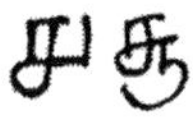

nāṉkāyiram;
நான்காயிரம்;
നാലായിരം;
Four thousand

aintāyiram;
ஐந்தாயிரம்;
അയ്യായിരം;
Five thousand

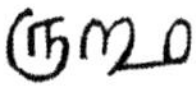

aintāyiram;
ஐந்தாயிரம்;
അയ്യായിരം;
Five thousand

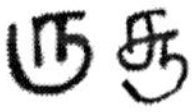

aintāyiram;
ஐந்தாயிரம்;
അയ്യായിരം;
Five thousand

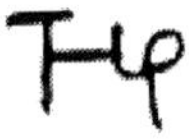

āṟāyiram;
ஆறாயிரம்;
ആറായിരം;
Six thousand

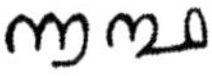

āṟāyiram;
ஆறாயிரம்;
ആറായിരം;
Six thousand

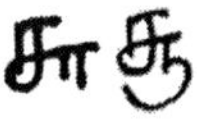

āṟāyiram;
ஆறாயிரம்;
ആറായിരം;
Six thousand

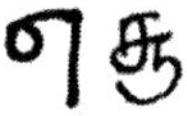

ēḻāyiram;
ஏழாயிரம்;
ഏഴായിരം;
Seven thousand

ēḻāyiram;
ஏழாயிரம்;
ഏഴായിരം;
Seven thousand

eṭṭāyiram;
எட்டாயிரம்;
എണ്ണായിരം;
Eight thousand

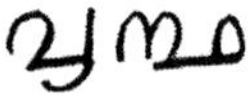

eṭṭāyiram;
எட்டாயிரம்;
എണ്ണായിരം;
Eight thousand

eṭṭāyiram;
எட்டாயிரம்;
എണ്ണായിരം;
Eight thousand

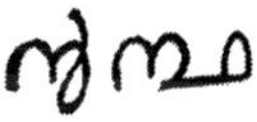

oṉpatāyiram;
ஒன்பதாயிரம்;
ഒൻപതിനായിരം;
Nine thousand

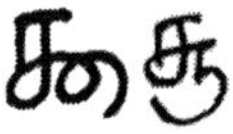

oṉpatāyiram;
ஒன்பதாயிரம்;
ഒൻപതിനായിരം;
Nine thousand

pattāyiram;
பத்தாயிரம்;
പതിനായിരം;
Ten thousand

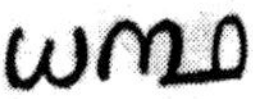

pattāyiram;
பத்தாயிரம்;
പതിനായിരം;
Ten thousand

pattāyiram;
பத்தாயிரம்;
പതിനായിരം;
Ten thousand

irupatāyiram;
இருபதாயிரம்;
ഇരുപതിനായിരം;
Twenty thousand

irupatāyiram;
இருபதாயிரம்;
ഇരുപതിനായിരം;
Twenty thousand

muppatāyiram;
முப்பதாயிரம்;
മുപ്പതിനായിരം;
Thirty thousand

nāṟpatāyiram;
நாற்பதாயிரம்;
നാൽപതിനായിരം;
Forty thousand

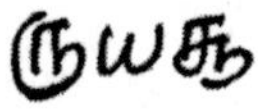

aimpatāyiram;
ஐம்பதாயிரம்;
അൻപതിനായിരം;
Fity thousand

aṟupatāyiram;
அறுபதாயிரம்;
അറുപതിനായിരം;
Sixty thousand

eḻupatāyiram;
எழுபதாயிரம்;
എഴുപതിനായിരം;
Seventy thousand

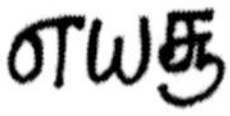

eḻupatāyiram;
எழுபதாயிரம்;
എഴുപതിനായിരം;
Seventy thousand

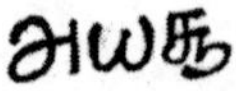

eṇpatāyiram;
எண்பதாயிரம்;
എൺപതിനായിരം;
Eighty thousand

toṇṇūrāyiram;
தொண்ணூராயிரம்;
തൊണ്ണൂറായിരം;
Ninety thousand

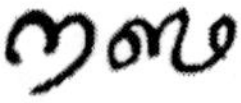

nūṟāyiram;
நூறாயிரம்
(இலட்சம்);
നൂറായിരം;
One Lakh

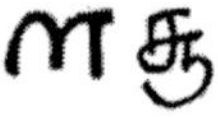

nūṟāyiram;
நூறாயிரம்
(இலட்சம்);
നൂറായിരം;
One Lakh

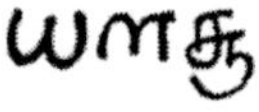

pattu laṭcam;
பத்து இலட்சம்;
പത്തുലക്ഷം;
Ten Lakh

nūṟunūṟāyiram;
கோடி;
ഒരുകോടി;
One crore

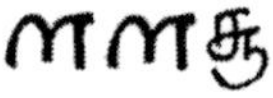

nūṟunūṟāyiram;
நூறு நூறாயிரம்
(கோடி);
നൂറ് നൂറായിരം;
ഒരുകോടി;
One crore

mukkāl; *முக்கால் 3/4;* മുക്കാൽ; Three quarters 3/4

mukkāl; *முக்கால் 3/4;* മുക്കാൽ; Three quarters 3/4

mukkāl; *முக்கால் 3/4;* മുക്കാൽ; Three quarters 3/4

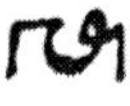
mukkāl; *முக்கால் 3/4;* മുക്കാൽ; Three quarters 3/4

mukkāl; *முக்கால் 3/4;* മുക്കാൽ; Three quarters 3/4

mukkāl; *முக்கால் 3/4;* മുക്കാൽ; Three quarters 3/4

arai; *அரை 1/2;* അര; Half 1/2

arai; *அரை 1/2;* അര; Half 1/2

arai; *அரை 1/2;* അര; Half 1/2

arai; *அரை 1/2;* അര; Half 1/2

arai; *அரை 1/2;* അര; Half 1/2

arai; *அரை 1/2;* അര; Half 1/2

arai; *அரை 1/2;* അര; Half 1/2

arai; *அரை 1/2;* അര; Half 1/2

arai; *அரை 1/2;* അര; Half 1/2

kāl; *கால் 1/4;* കാല്; Quarter 1/4

kāl; *கால் 1/4;* കാല്; Quarter 1/4

kāl; *கால் 1/4;* കാല്; Quarter 1/4

nālumā / nāṉkumā; *நாலுமா / நான்குமா 1/5;* നാലുമാ; Fraction 1/5

nālumā / nāṉkumā; *நாலுமா / நான்குமா 1/5;* നാലുമാ; Fraction 1/5

nālumā / nāṉkumā; *நாலுமா / நான்குமா 1/5;* നാലുമാ; Fraction 1/5

nālumā / nāṉkumā; *நாலுமா / நான்குமா 1/5;* നാലുമാ; Fraction 1/5

nālumā / nāṉkumā; *நாலுமா / நான்குமா 1/5;* നാലുമാ; Fraction 1/5

muṇṭāṇi / mummāmukkāṇi / mūṉṟuvīcam; *முண்டாணி/ மும்மா முக்காணி/ மூன்றுவீசம் 3/16;* മുണ്ടാണി/ മൂന്നമാ മുക്കാണി/ മൂന്ന് വീശം; Fraction 3/16

muṇṭāṇi / mummāmukkāṇi / mūṉṟuvīcam; *முண்டாணி / மும்மா முக்காணி / மூன்றுவீசம் 3/16;* മുണ്ടാണി/ മൂന്ന്മാ മുക്കാണി / മൂന്ന് വീശം; Fraction 3/16

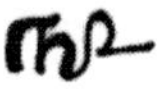
muṇṭāṇi / mummāmukkāṇi / mūṉṟuvīcam; *முண்டாணி / மும்மா முக்காணி / மூன்றுவீசம் 3/16;* മുണ്ടാണി/ മൂന്ന്മാ മുക്കാണി / മൂന്ന് വീശം; Fraction 3/16

muṇṭāṇi / mummāmukkāṇi / mūṉṟuvīcam; *முண்டாணி / மும்மா முக்காணி / மூன்றுவீசம் 3/16;* മുണ്ടാണി/ മൂന്ന്മാ മുക്കാണി/ മൂന്ന് വീശം; Fraction 3/16

muṇṭāṇi / mummāmukkāṇi / mūṉṟuvīcam; *முண்டாணி / மும்மா முக்காணி / மூன்றுவீசம் 3/16;* മുണ്ടാണി/ മൂന്ന്മാ മുക്കാണി/ മൂന്ന് വീശം; Fraction 3/16

muṇṭāṇi / mummāmukkāṇi / mūṉṟuvīcam; *முண்டாணி / மும்மா முக்காணி / மூன்றுவீசம் 3/16;* മുണ്ടാണി/ മൂന്ന്മാ മുക്കാണി/ മൂന്ന് വീശം; Fraction 3/16

muṇṭāṇi / mummāmukkāṇi / mūṉṟuvīcam; *முண்டாணி / மும்மா முக்காணி / மூன்றுவீசம் 3/16;* മുണ്ടാണി/ മൂന്ന്മാ മുക്കാണി/ മൂന്ന് വീശം; Fraction 3/16

muṇṭāṇi / mummāmukkāṇi / mūṉṟuvīcam; *முண்டாணி / மும்மா முக்காணி / மூன்றுவீசம் 3/16;* മുണ്ടാണി/ മൂന്ന്മാ മുക്കാണി/ മൂന്ന് വീശം; Fraction 3/16

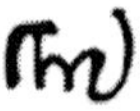
mummā / mūṉṟumā; *மும்மா/ மூன்றுமா 3/20;* ഇരുപതിൽ മൂന്ന്; Fraction 3/20

mummā / mūṉṟumā; *மும்மா/ மூன்றுமா 3/20;* ഇരുപതിൽ മൂന്ന്; Fraction 3/20

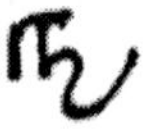
mummā / mūṉṟumā; *மும்மா/ மூன்றுமா 3/20;* ഇരുപതിൽ മൂന്ന്; Fraction 3/20

mummā / mūṉṟumā; *மும்மா/ மூன்றுமா 3/20;* ഇരുപതിൽ മൂന്ന്; Fraction 3/20

mummā / mūṉṟumā; *மும்மா/ மூன்றுமா 3/20;* ഇരുപതിൽ മൂന്ന്; Fraction 3/20

mummā / mūṉṟumā; *மும்மா/ மூன்றுமா 3/20;*ഇരുപതിൽ മൂന്ന്; Fraction 3/20

mummā / mūṉṟumā; *மும்மா/ மூன்றுமா 3/20;* ഇരുപതിൽ മൂന്ന്; Fraction 3/20

araikkāl; *அரைக்கால் 1/8;* എട്ടിലൊന്ന്; Fraction 1/8

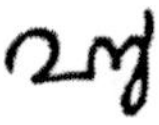
araikkāl; *அரைக்கால் 1/8;* എട്ടിലൊന്ന്; Fraction 1/8

araikkāl; *அரைக்கால் 1/8;* എട്ടിലൊന്ന്; Fraction 1/8

araikkāl; *அரைக்கால் 1/8;* എട്ടിലൊന്ന്; Fraction 1/8

araikkāl; *அரைக்கால் 1/8;* എട്ടിലൊന്ന്; Fraction 1/8

araikkāl; *அரைக்கால் 1/8;* എട്ടിലൊന്ന്; Fraction 1/8

araikkāl; *அரைக்கால் 1/8;* എട്ടിലൊന്ന്; Fraction 1/8

araikkāl; *அரைக்கால் 1/8;* എട്ടിലൊന്ന്; Fraction 1/8

irumā; *இருமா 1/10;* ഇരുമാ; Fraction 1/10

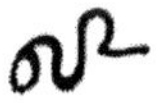
irumā; *இருமா 1/10;* ഇരുമാ; Fraction 1/10

irumā; *இருமா 1/10;* ഇരുമാ; Fraction 1/10

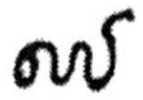
irumā; *இருமா 1/10;* ഇരുമാ; Fraction 1/10

irumā; *இருமா 1/10;* ഇരുമാ; Fraction 1/10

irumā; *இருமா 1/10;* ഇരുമാ; Fraction 1/10

irumā; *இருமா 1/10;* ഇരുമാ; Fraction 1/10

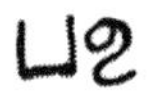
mākāṇi/vīcam; *மாகாணி / வீசம் 1/16;* മാകാണി/വീശം; Fraction 1/16

mākāṇi / vīcam; *மாகாணி / வீசம் 1/16;* മാകാണി/വീശം; Fraction 1/16

mākāṇi / vīcam; *மாகாணி / வீசம் 1/16;* മാകാണി/വീശം; Fraction 1/16

mākāṇi / vīcam; *மாகாணி / வீசம் 1/16;*മാകാണി/വീശം; Fraction 1/16

mākāṇi / vīcam; *மாகாணி / வீசம் 1/16;* മാകാണി/വീശം; Fraction 1/16

mākāṇi / vīcam; *மாகாணி / வீசம் 1/16;* മാകാണി/വീശം; Fraction 1/16

mākāṇi / vīcam; *மாகாணி / வீசம் 1/16;* മാകാണി/വീശം; Fraction 1/16

mākāṇi / vīcam; *மாகாணி / வீசம் 1/16;* മാകാണി/വീശം; Fraction 1/16

oṉṟaraimā; *ஒன்றரைமா 3/40;* ഒന്റരൈമാ; Fraction 3/40

orumā; *ஒருமா 1/20;* ഒരുമാ; Fraction 1/20

orumā; *ஒருமா 1/20;* ഒരുമാ; Fraction 1/20

orumā; *ஒருமா 1/20;* ഒരുമാ; Fraction 1/20

orumā; *ஒருமா 1/20;* ഒരുമാ; Fraction 1/20

orumā; *ஒருமா 1/20;* ഒരുമാ; Fraction 1/20

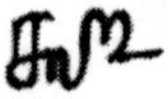

mukkāl vīcam / mukkāl mākāṇi; *முக்கால்வீசம்/ முக்கால் மாகாணி3/64;* മുക്കാൽ മാകാണി/ മുക്കാൽ വീശം; Fraction 3/64

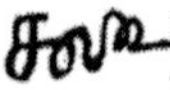

mukkāl vīcam / mukkāl mākāṇi; *முக்கால்வீசம்/ முக்கால் மாகாணி3/64;* മുക്കാൽ മാകാണി/ മുക്കാൽ വീശം; Fraction 3/64

mukkāl vīcam / mukkāl mākāṇi; *முக்கால்வீசம்/ முக்கால் மாகாணி3/64;* മുക്കാൽ മാകാണി/ മുക്കാൽ വീശം; Fraction 3/64

mukkāṇi; *முக்காணி 3/80;* മുക്കാണി; Fraction 3/80

mukkāṇi; *முக்காணி 3/80;* മുക്കാണി; Fraction 3/80

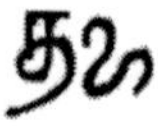

mukkāṇi; *முக்காணி 3/80;* മുക്കാണി; Fraction 3/80

mukkāṇi; *முக்காணி 3/80;* മുക്കാണി; Fraction 3/80

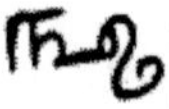

mukkāṇi; *முக்காணி 3/80;* മുക്കാണി; Fraction 3/80

arai vīcam / arai mākāṇi; *அரைவீசம்/ அரை மாகாணி 1/32;* അര മാകാണി/ അര വീശം; Fraction 1/32

arai vīcam / arai mākāṇi; *அரைவீசம்/ அரை மாகாணி 1/32;* അര മാകാണി/ അര വീശം; Fraction 1/32

arai vīcam/arai mākāṇi; *அரைவீசம்/ அரை மாகாணி 1/32;* അര മാകാണി / അര വീശം; Fraction 1/32

araimā; *அரைமா 1/40;* അരമാ; Fraction 1/40

araimā; *அரைமா 1/40;* അരമാ; Fraction 1/40

araimā; *அரைமா 1/40;* അരമാ; Fraction 1/40

araimā; *அரைமா 1/40;* അരമാ; Fraction 1/40

araimā; *அரைமா 1/40;* അരമാ; Fraction 1/40

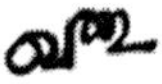

kāl vīcam / kāl mākāṇi; *கால்வீசம்/ கால்மாகாணி 1/64;* കാൽവീശം / കാൽ മാകാണി; Fraction 1/64

kāl vīcam / kāl mākāṇi; *கால்வீசம்/ கால்மாகாணி 1/64;* കാൽവീശം / കാൽ മാകാണി; Fraction 1/64

kāl vīcam / kāl mākāṇi; *கால்வீசம்/ கால்மாகாணி 1/64;* കാൽവീശം / കാൽ മാകാണി; Fraction 1/64

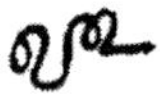
kāl vīcam / kāl mākāṇi; *கால்வீசம்/ கால்மாகாணி 1/64;* കാൽവീശം / കാൽ മാകാണി; Fraction 1/64

kāl vīcam / kāl mākāṇi; *கால்வீசம்/ கால்மாகாணி 1/64;* കാൽവീശം / കാൽ മാകാണി; Fraction 1/64

kāṇi; *காணி 1/80;* കാണി; Fraction 1/80

kāṇi; *காணி 1/80;* കാണി; Fraction 1/80

kāṇi; *காணி 1/80;* കാണി; Fraction 1/80

kāṇi; *காணி 1/80;* കാണി; Fraction 1/80

kāṇi; *காணி 1/80;* കാണി; Fraction 1/80

araikkāṇi muntiri; *அரைக்காணி முந்திரி 3/320;* അരക്കാണി മുന്തിരി; Fraction 3/320

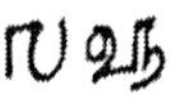
araikkāṇi muntiri; *அரைக்காணி முந்திரி 3/320;* അരക്കാണി മുന്തിരി; Fraction 3/320

araikkāṇi; *அரைக்காணி 1/160;* അരക്കാണി; Fraction 1/160

araikkāṇi; *அரைக்காணி 1/160;* അരക്കാണി; Fraction 1/160

araikkāṇi; *அரைக்காணி 1/160;* അരക്കാണി; Fraction 1/160

muntiri; *முந்திரி 1/320;* മുന്തിരി; Fraction 1/320

muntiri; *முந்திரி 1/320;* മുന്തിരി; Fraction 1/320

muntiri; *முந்திரி 1/320;* മുന്തിരി; Fraction 1/320

muntiri; *முந்திரி 1/320;* മുന്തിരി; Fraction 1/320

muntiri; *முந்திரி 1/320;* മുന്തിരി; Fraction 1/320

muntiri; *முந்திரி 1/320;* മുന്തിരി; Fraction 1/320

muntiri; *முந்திரி 1/320;* മുന്തിരി; Fraction 1/320

muntiri; *முந்திரி 1/320;* മുന്തിരി; Fraction 1/320

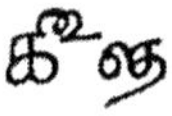
kīḻmukkāl; *கீழ் முக்கால் 3/1280;* കീഴ് മുക്കാൽ; Fraction 3/1280

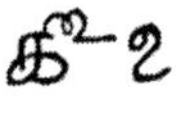
kīḻarai; *கீழ்அரை 1/640;* കീഴ്അര; Fraction 1/640

kīḻkkāl; *கீழ்க்கால் 1/1280;* കീഴ്ക്കാൽ; Fraction 1/1280

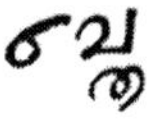
kīḻkkāl; *கீழ்க்கால் 1/1280;* കീഴ്ക്കാൽ; Fraction 1/1280

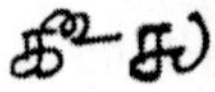
kīḻnālumā; *கீழ் நாலுமா 1/1600;* കീഴ്നാലുമാ; Fraction 1/1600

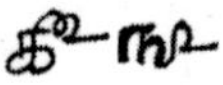
kīḻmūṉṟuvīcam; *கீழ் மூன்றுவீசம் 3/5020;* കീഴ് മൂന്ന് വീശം; Fraction 3/5020

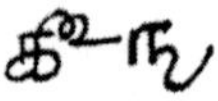
kīḻmummā; *கீழ் மும்மா 3/6400;* കീഴ് മുമമാ; Fraction 3/6400

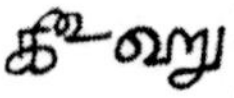
kiḻaraikkāl; *கீழரைக்கால் 1/2560;* കീഴ് അരക്കൽ; Fraction 1/2560

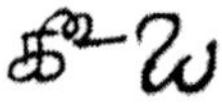
kīḻirumā; *கீழ் இருமா 1/3200;* കീഴ് ഇരുമാ; Fraction 1/3200

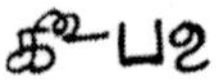
kīḻvīcam / kīḻmākāṇi; *கீழ் வீசம் / கீழ் மாகாணி 1/5120;* കീഴ് വീശം/ കീഴ് മാക്കാണി; Fraction 1/5120

kīḻorumā; *கீழொருமா 1/6400;* കീഴ് ഒരുമാ; Fraction 1/6400

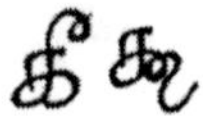
kīḻmukkāṇi; *கீழ் முக்காணி 3/25,600;* കീഴ് മുക്കാണി; Fraction 3/25,600

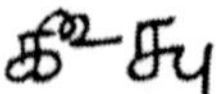
kīḻaraimā; *கீழரைமா 1/12,800;* കീഴ് അരമാ; Fraction 1/12,800

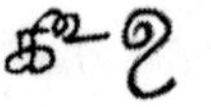
kīḻkkāṇi; *கீழ்க்காணி 1/25,600;* കീഴ്ക്കാണി; Fraction 1/25,600

kīḻaraikkāṇi; *கீழரைக்காணி 1/51,200;* കീഴ് അരക്കാണി; Fraction 1/51,200

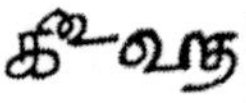
kīḻmuntiri; *கீழ் முந்திரி 1/1,02,400;* കീഴ് മുന്തിരി; Fraction 1/1,02,400

முகத்தல் அளவைக் குறியீடுகள்

cevițu; *செவிடு (360 நெல் 1 செவிடு) ஆழாக்கில் ஐந்தில் ஒன்றாகிய அளவு;* ചെവിട് (360 നെല്ല്_1 ചെവിട്) ആഴാക്കിന്റെ അഞ്ചിൽ ഒരു ഭാഗം; *a small measure consisting of 360 grains of paddy = 1/5 ollock.*

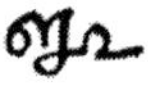

cevițu; *செவிடு (360 நெல் 1 செவிடு) ஆழாக்கில் ஐந்தில் ஒன்றாகிய அளவு;* ചെവിട് (360 നെല്ല്_1 ചെവിട്) ആഴാക്കിന്റെ അഞ്ചിൽ ഒരു ഭാഗം; *a small measure consisting of 360 grains of paddy = 1/5 ollock.*

cevițu; *செவிடு (360 நெல் 1 செவிடு) ஆழாக்கில் ஐந்தில் ஒன்றாகிய அளவு;* ചെവിട് (360 നെല്ല്_1 ചെവിട്) ആഴാക്കിന്റെ അഞ്ചിൽ ഒരു ഭാഗം; *a small measure consisting of 360 grains of paddy = 1/5 ollock.*

cevițu; *செவிடு (360 நெல் 1 செவிடு) ஆழாக்கில் ஐந்தில் ஒன்றாகிய அளவு;* ചെവിട് (360 നെല്ല്_1 ചെവിട്) ആഴാക്കിന്റെ അഞ്ചിൽ ഒരു ഭാഗം; *a small measure consisting of 360 grains of paddy = 1/5 ollock.*

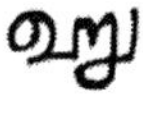

āl̲ākku; *ஆழாக்கு (5 செவிடு ஓர் ஆழாக்கு);* படியில் *எட்டில் ஒரு பாகம்;* (5 ചെവിട് 1 ആഴാക്ക്): പടിയിൽ 8ൽ ഒരു ഭാഗം; *1/8 of a measure.*

āl̲ākku; *ஆழாக்கு (5 செவிடு ஓர் ஆழாக்கு);* படியில் *எட்டில் ஒரு பாகம்;* (5 ചെവിട് 1 ആഴാക്ക്): പടിയിൽ 8ൽഒരു ഭാഗം; *1/8 of a measure.*

āl̲ākku; *ஆழாக்கு (5 செவிடு ஓர் ஆழாக்கு);* படியில் *எட்டில் ஒரு பாகம்;* (5 ചെവിട് 1 ആഴാക്ക്): പടിയിൽ 8ൽഒരു ഭാഗം; *1/8 of a measure.*

āl̲ākku; *ஆழாக்கு (5 செவிடு ஓர் ஆழாக்கு);* படியில் *எட்டில் ஒரு பாகம்;* (5 ചെവിട് 1 ആഴാക്ക്): പടിയിൽ 8ൽഒരു ഭാഗം; *1/8 of a measure.*

āl̲ākku; *ஆழாக்கு (5 செவிடு ஓர் ஆழாக்கு);* படியில் *எட்டில் ஒரு பாகம்;* (5 ചെവിട് 1 ആഴാക്ക്): പടിയിൽ 8ൽഒരു ഭാഗം; *1/8 of a measure.*

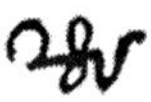

āl̲ākku; *ஆழாக்கு (5 செவிடு ஓர் ஆழாக்கு);* படியில் *எட்டில் ஒரு பாகம்;* (5 ചെവിട് 1 ആഴാക്ക്): പടിയിൽ 8ൽഒരു ഭാഗം; *1/8 of a measure.*

āl̲ākku; *ஆழாக்கு (5 செவிடு ஓர் ஆழாக்கு);* படியில் *எட்டில் ஒரு பாகம்;* (5 ചെവിട് 1 ആഴാക്ക്): പടിയിൽ 8ൽഒരു ഭാഗം; *1/8 of a measure.*

āl̲ākku; ஆழாக்கு (5 செவிடு ஓர் ஆழாக்கு); படியில் எட்டில் ஒரு பாகம்; (5 ചെവിട് 1 ആഴാക്ക്): പടിയിൽ 8ൽഒരു ഭാഗം; *1/8 of a measure.*

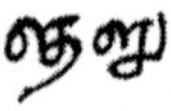

mūvāl̲ākku / mūn̲r̲uāl̲ākku; மூவாழாக்கு; மூன்று ஆழாக்கு; മൂവാഴാക്ക; മൂന്ന് ആഴാക്ക്; Quantity measure; Three āl̲ākku.

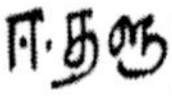

ēl̲u āl̲ākku; ஏழு ஆழாக்கு; ഏഴ് ആഴാക്ക്; Quantity measure; Seven āl̲ākku.

ul̲akku; உழக்கு (2 ஆழாக்கு – 1 உழக்கு); படியில் நான்கில் ஒரு பாகம்; காற்படி; (2 ആഴാക്ക് – 1 ഉഴക്ക്):പടിയിൽ നാലിൽ ഒരു ഭാഗം: കാർപ്പടി; 2 ollocks=1/4 of a measure.

ul̲akku; உழக்கு (2 ஆழாக்கு – 1 உழக்கு); படியில் நான்கில் ஒரு பாகம்; காற்படி; (2 ആഴാക്ക് – 1 ഉഴക്ക്):പടിയിൽ നാലിൽ ഒരു ഭാഗം: കാർപ്പടി; 2 ollocks=1/4 of a measure.

ul̲akku; உழக்கு (2 ஆழாக்கு – 1 உழக்கு); படியில் நான்கில் ஒரு பாகம்; காற்படி; (2 ആഴാക്ക് – 1 ഉഴക്ക്):പടിയിൽ നാലിൽ ഒരു ഭാഗം: കാൽപ്പടി; 2 ollocks=1/4 of a measure.

ul̲akku; உழக்கு (2 ஆழாக்கு – 1 உழக்கு); படியில் நான்கில் ஒரு பாகம்; காற்படி; (2 ആഴാക്ക് – 1 ഉഴക്ക്):പടിയിൽ നാലിൽ ഒരു ഭാഗം: കാൽപ്പടി; 2 ollocks=1/4 of a measure.

mūvul̲akku; மூவுழக்கு (மூன்று உழக்கு); ஒரு படியில் மூன்று பாகம்; முக்கால் படி; മൂവുഴക്ക് (മൂന്ന് ഉഴാക്ക്); മൂന്നിൽ നാല്; ഒരു പടിയിൽ മൂന്ന് ഭാഗം: മുക്കാൽ പടി; 3/4 of a measure = 6 ollocks.

mūvul̲akku; மூவுழக்கு (மூன்று உழக்கு); ஒரு படியில் மூன்று பாகம்; முக்கால் படி; മൂവുഴക്ക് (മൂന്ന് ഉഴാക്ക്); മൂന്നിൽ നാല്; ഒരു പടിയിൽ മൂന്ന് ഭാഗം: മുക്കാൽ പടി; 3/4 of a measure = 6 ollocks.

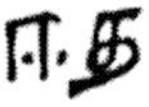

mūvul̲akku; மூவுழக்கு (மூன்று உழக்கு); ஒரு படியில் மூன்று பாகம்; முக்கால் படி; മൂവുഴക്ക് (മൂന്ന് ഉഴാക്ക്); മൂന്നിൽ നാല്; ഒരു പടിയിൽ മൂന്ന് ഭാഗം: മുക്കാൽ പടി; 3/4 of a measure = 6 ollocks.

mūvul̲akku; மூவுழக்கு (மூன்று உழக்கு); ஒரு படியில் மூன்று பாகம்; முக்கால் படி; മൂവുഴക്ക് (മൂന്ന് ഉഴാക്ക്); മൂന്നിൽ നാല്; ഒരു പടിയിൽ മൂന്ന് ഭാഗം: മുക്കാൽ പടി; 3/4 of a measure = 6 ollocks.

uri; *உரி (2 உழக்கு – ஓர் உரி); அரை நாழி;* ഉരി (2 ഉഴക്ക്-1 ഉരി): 1/2നാഴി; A measure of capacity is equal to half (1/2) measure.

uri; *உரி (2 உழக்கு – ஓர் உரி); அரை நாழி;* ഉരി (2 ഉഴക്ക്-1 ഉരി): 1/2നാഴി; A measure of capacity is equal to half (1/2) measure.

uri; *உரி (2 உழக்கு – ஓர் உரி); அரை நாழி;* ഉരി (2 ഉഴക്ക്-1 ഉരി): 1/2നാഴി; A measure of capacity is equal to half (1/2) measure.

uri; *உரி (2 உழக்கு – ஓர் உரி); அரை நாழி;* ഉരി (2 ഉഴക്ക്-1 ഉരി): 1/2നാഴി; A measure of capacity is equal to half (1/2) measure.

uri; *உரி (2 உழக்கு – ஓர் உரி); அரை நாழி;* ഉരി (2 ഉഴക്ക്-1 ഉരി): 1/2നാഴി; A measure of capacity is equal to half (1/2) measure.

uri; *உரி (2 உழக்கு – ஓர் உரி); அரை நாழி;* ഉരി (2 ഉഴക്ക്-1 ഉരി): 1/2നാഴി; A measure of capacity is equal to half (1/2) measure.

nā<u>l</u>i; *நாழி (2 உரி –1 நாழி); ஒரு படி;* നാഴി: (2 ഉരി –1 നാഴി): ഒരു പടി; A measure of capacity is equal to one measure = 8 ollocks.

nā<u>l</u>i; *நாழி (2 உரி –1 நாழி); ஒரு படி;* നാഴി: (2 ഉരി –1 നാഴി): ഒരു പടി; A measure of capacity is equal to one measure = 8 ollocks.

nā<u>l</u>i; *நாழி (2 உரி –1 நாழி); ஒரு படி;* നാഴി: (2 ഉരി –1 നാഴി): ഒരു പടി; A measure of capacity is equal to one measure = 8 ollocks.

nā<u>l</u>i; *நாழி (2 உரி –1 நாழி); ஒரு படி;* നാഴി: (2 ഉരി –1 നാഴി): ഒരു പടി; A measure of capacity is equal to one measure = 8 ollocks.

nā<u>l</u>i; *நாழி (2 உரி –1 நாழி); ஒரு படி;* നാഴി: (2 ഉരി –1 നാഴി): ഒരു പടി; A measure of capacity is equal to one measure = 8 ollocks.

irunā<u>l</u>i; *இருநாழி (இரண்டு படி);* 2 നാഴി (2 പടി); A measure of capacity, two measure = 16 ollocks.

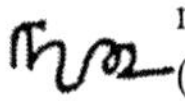
mu<u>n</u><u>n</u>ā<u>l</u>i / mū<u>n</u><u>r</u>unā<u>l</u>i (mū<u>n</u><u>r</u>upaṭi); *முன்னாழி / மூன்று நாழி (மூன்று படி);* മുന്നാഴി/മൂന്ന് നാഴി (3 പടി); A measure of capacity, three measure = 24 ollocks.

ku<u>r</u>uṇi; *குறுணி (8 நாழி – 1 குறுணி); எட்டுப்படி கொண்ட தானியளவு;* കുറുണി (8 നാഴി –1 കുറുണി): 8 പടി കൊള്ളുന്ന ധാന്യ അളവ്; A grain measure = 1 marakkāl or 8 measure (see: marakkāl).

ku<u>r</u>uṇi; *குறுணி (8 நாழி – 1 குறுணி); எட்டுப்படி கொண்ட தானியளவு;* കുറുണി (8 നാഴി –1 കുറുണി): 8 പടി കൊള്ളുന്ന ധാന്യ അളവ്; A grain measure = 1 marakkāl or 8 measure (see: marakkāl).

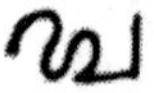

irukuṟuṇi; இருகுறுணி *(16 நாழி – 2 குறுணி) 16 படி கொண்ட தானியளவு;* ഇരുകുറുണി (16 നാഴി- 2 കുറുണി): 16 പടി കൊള്ളുന്ന ധാന്യ അളവ്; A grain measure = 2 marakkāl or 16 measure.

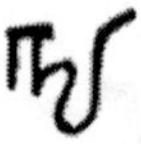

mukkuṟuṇi / mūṉṟukuṟuṇi; *முக்குறுணி / மூன்று குறுணி (24 நாழி – 3 குறுணி); 24 படி கொண்ட தானியளவு;* മുക്കുറുണി / മൂന്ന് കുറുണി) (24നാഴി-3 കുറുണി); 24 പടി കൊള്ളുന്ന ധാന്യ അളവ്; A grain measure = 3 marakkāl or 24 measure (See: Three marakkāl).

mukkuṟuṇi / mūṉṟukuṟuṇi; *முக்குறுணி / மூன்று குறுணி (24 நாழி – 3 குறுணி); 24 படி கொண்ட தானியளவு;* മുക്കുറുണി / മൂന്ന് കുറുണി) (24നാഴി-3 കുറുണി); 24 പടി കൊള്ളുന്ന ധാന്യ അളവ്; A grain measure = 3 marakkāl or 24 measure (See: Three marakkāl).

nālkuṟuṇi / nāṉkukuṟuṇi; *நால்குறுணி / நான்கு குறுணி (32 நாழி – 4 குறுணி); 32 படி கொண்ட தானியளவு;* നാൽക്കുറുണി (32 നാഴി – 4 കുറുണി): 32 പടി കൊള്ളുന്ന ധാന്യ അളവ്; A grain measure = 4 marakkāl or 32 measure.

aiṅkuṟuṇi / aintukuṟuṇi; *ஐங்குறுணி / ஐந்து குறுணி (40 நாழி – 5 குறுணி); 40 படி கொண்ட தானியளவு;* അഞ്ച് കുറുണി (40 നാഴി - 5 കുറുണി): 40 പടി കൊള്ളുന്ന ധാന്യ അളവ്; A grain measure = 5 marakkāl or 40 measure.

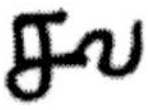

aṟukuṟuṇi / āṟukuṟuṇi; *அறுகுறுணி / ஆறுகுறுணி (48 நாழி – 6 குறுணி); 48 படி கொண்ட தானியளவு;* ആറ് കുറുണി (48 നാഴി – 6 കുറുണി): 48 പടി കൊള്ളുന്ന ധാന്യ അളവ്; A grain measure = 6 marakkāl or 48 measure.

patakku; *பதக்கு (2 குறுணி – 1 பதக்கு);* പതക്ക് (2കുറുണി_ 1പതക്ക്); (See: two marakkāl). A measurable capacity is equal to two kuṟuṇi.

patakku; *பதக்கு (2 குறுணி – 1 பதக்கு);* പതക്ക് (2കുറുണി_ 1പതക്ക്); (See: two marakkāl). A measurable capacity is equal to two kuṟuṇi.

patakku; *பதக்கு (2 குறுணி – 1 பதக்கு);* പതക്ക് (2കുറുണി_ 1പതക്ക്); (See: two marakkāl). A measurable capacity is equal to two kuṟuṇi.

patakku; *பதக்கு (2 குறுணி – 1 பதக்கு);* പതക്ക് (2കുറുണി_ 1പതക്ക്); (See: two marakkāl). A measurable capacity is equal to two kuṟuṇi.

tūṇi; *தூணி (2 பதக்கு – 1 தூணி); நான்கு மரக்கால் அளவு;* തൂണി (2 പതക്ക് – 1 തൂണി): നാല് മരക്കാൽ അളവ്; A measure of capacity = 4 marakkāl. (see: Four marakkāl).

tūṇi; *தூணி (2 பதக்கு – 1 தூணி); நான்கு மரக்கால் அளவு;* തൂണി (2 പതക്ക് – 1 തൂണി): നാല് മരക്കാൽ അളവ്; A measure of capacity = 4 marakkāl. (see: Four marakkāl).

tūṇi; *தூணி (2 பதக்கு – 1 தூணி); நான்கு மரக்கால் அளவு;* തൂണി (2 പതക്ക് – 1 തൂണി): നാല് മരക്കാൽ അളവ്; A measure of capacity = 4 marakkāl. (see: Four marakkāl).

irutūṇi / iraṇṭutūṇi; *இரு தூணி / இரண்டு தூணி (4 பதக்கு – 2 தூணி); 8 மரக்கால் அளவு;* ഇരു തൂണി/ രണ്ട് തൂണി (4 പതക്ക്_ 2 തൂണി): എട്ട് മരക്കാൽ അളവ്; A measure of capacity = 8 marakkāl. (see: 8 marakkāl).

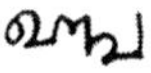

irutūṇi / iraṇṭutūṇi; *இரு தூணி / இரண்டு தூணி (4 பதக்கு – 2 தூணி); 8 மரக்காலளவு;* ഇരുതൂണി/ രണ്ട് തൂണി (4 പതക്ക്_ 2തൂണി): എട്ട് മരക്കാൽ അളവ്; A measure of capacity = 8 marakkāl. (see: 8 marakkāl).

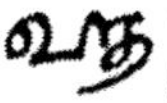

irutūṇi / iraṇṭutūṇi; *இருதூணி / இரண்டு தூணி (4 பதக்கு – 2 தூணி); 8 மரக்காலளவு;* ഇരുതൂണി/ രണ്ട് തൂണി (4 പതക്ക്_ 2തൂണി): എട്ട് മരക്കാൽ അളവ്; A measure of capacity = 8 marakkāl. (see: 8 marakkāl).

irutūṇi / iraṇṭutūṇi; *இருதூணி / இரண்டுதூணி (4 பதக்கு – 2 தூணி); 8 மரக்காலளவு;* ഇരുതൂണി/ രണ്ട് തൂണി (4 പതക്ക്_ 2തൂണി): എട്ട് മരക്കാൽ അളവ്; A measure of capacity = 8 marakkāl. (see: 8 marakkāl).

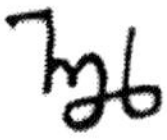

muttūṇi / mūṉṟutūṇi; *முத்தூணி / மூன்று தூணி (6 பதக்கு – 3 தூணி); 12 மரக்கால் அளவு;* മുത്തൂണി / മൂന്ന് തൂണി (6 പതക്ക്_ 3 തൂണി):12 മരക്കാൽ അളവ്; A measure of capacity = 12 marakkāl.

nāṟtūṇi / nāṉkutūṇi; *நாற்தூணி / நான்கு தூணி (8 பதக்கு – 4 தூணி); 16 மரக்கால் அளவு;* നാല്തൂണി (8 പതക്ക് നാല്തൂണി): 16 മരക്കൽ അളവ്; A measure of capacity = 16 marakkāl.

kalam; *கலம் (3 தூணி – 1 கலம்); முகத்தலளவையில் 12 மரக்கால் கொண்ட ஓர் அளவு;* കലം (3 തൂണി -1 കലം): മുവത്തൽ അളവിൽ 12 മരക്കാൽ കൊള്ളുന്ന അളവ്; A measure of capacity = 12 marakkāl.

kalam; *கலம் (3 தூணி – 1 கலம்); முகத்தலளவையில் 12 மரக்கால் கொண்ட ஓர் அளவு;* കലം (3 തൂണി -1 കലം): മുവത്തൽ അളവിൽ 12 മരക്കാൽ കൊള്ളുന്ന അളവ്; A measure of capacity = 12 marakkāl.

kalam; *கலம் (3 தூணி – 1 கலம்); முகத்தலளவையில் 12 மரக்கால் கொண்ட ஓர் அளவு;* കലം (3 തൂണി -1 കലം): മുവത്തൽ അളവിൽ 12 മരക്കാൽ കൊള്ളുന്ന അളവ്; A measure of capacity = 12 marakkāl.

kōṭṭai; கோட்டை*; 21 மரக்கால் கொண்ட ஒரு முகத்தல் அளவை;* കോട്ട: 21 മരക്കാൽ കൊള്ളുന്ന അളവ്; A measure of capacity = 21 marakkāl.

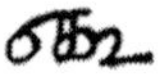
kōṭṭai; கோட்டை*; 21 மரக்கால் கொண்ட ஒரு முகத்தல் அளவை;* കോട്ട: 21 മരക്കാൽ കൊള്ളുന്ന അളവ്; A measure of capacity = 21 marakkāl.

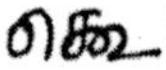
kōṭṭai; கோட்டை*; 21 மரக்கால் கொண்ட ஒரு முகத்தல் அளவை;* കോട്ട: 21 മരക്കാൽ കൊള്ളുന്ന അളവ്; A measure of capacity = 21 marakkāl.

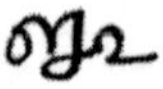
kōṭṭai; கோட்டை*; 21 மரக்கால் கொண்ட ஒரு முகத்தல் அளவை;* കോട്ട: 21 മരക്കാൽ കൊള്ളുന്ന അളവ്; A measure of capacity = 21 marakkāl.

kōṭṭai; கோட்டை*; 21 மரக்கால் கொண்ட ஒரு முகத்தல் அளவை;* കോട്ട: 21 മരക്കാൽ കൊള്ളുന്ന അളവ്; A measure of capacity = 21 marakkāl.

kōṭṭai; கோட்டை*; 21 மரக்கால் கொண்ட ஒரு முகத்தல் அளவை;* കോട്ട: 21 മരക്കാൽ കൊള്ളുന്ന അളവ്; A measure of capacity = 21 marakkāl.

kōṭṭai; கோட்டை*; 21 மரக்கால் கொண்ட ஒரு முகத்தல் அளவை;* കോട്ട: 21 മരക്കാൽ കൊള്ളുന്ന അളവ്; A measure of capacity = 21 marakkāl.

marakkāl; *மரக்கால் (முகத்தலளவைக் கருவி);* മരക്കാൽ (മുവത്തൽ അളവ് ഉപകരണം); It denotes a grain measure varying in different places. As originally made of wood.

marakkāl; *மரக்கால் (முகத்தலளவைக் கருவி);* മരക്കാൽ (മുവത്തൽ അളവ് ഉപകരണം); It denotes a grain measure varying in different places. As originally made of wood. .

marakkāl; *மரக்கால் (முகத்தலளவைக் கருவி);* മരക്കാൽ (മുവത്തൽ അളവ് ഉപകരണം); It denotes a grain measure varying in different places. As originally made of wood. .

marakkāl; *மரக்கால் (முகத்தலளவைக் கருவி);* മരക്കാൽ (മുവത്തൽ അളവ് ഉപകരണം); It denotes a grain measure varying in different places. As originally made of wood. .

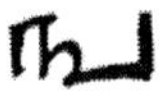

1 marakkāl (viraippāṭu); kuṟuṇi; *1 மரக்கால் (விரைப்பாடு); குறுணி;* 1 മരക്കാൽ (വിരൈപ്പാട്): കുരുണി; Superficial measure = 3362 sq.ft., as requiring a marakkāl of seed to sow it.

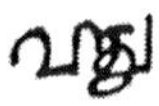

2 marakkāl (viraippāṭu); patakku; *2 மரக்கால் (விரைப்பாடு);* பதக்கு; 2 മരക്കാൽ (വിരൈപ്പാട്): പതക്ക്; Superficial measure = 6724 sq.ft., as requiring two marakkāl of seed to sow it.

3 marakkāl (viraippāṭu); mukkuṟuṇi; *3 மரக்கால் (விரைப்பாடு); முக்குறுணி;* 3 മരക്കാൽ (വിരൈപ്പാട്): മുക്കുറുണി; Superficial measure =10,086 sq.ft., as requiring 3 marakkāl of seed to sow it.

3 marakkāl (viraippāṭu); mukkuṟuṇi; *3 மரக்கால் (விரைப்பாடு); முக்குறுணி;* 3 മരക്കാൽ (വിരൈപ്പാട്): മുക്കുറുണി; Superficial measure = 10,086 sq.ft., as requiring 3 marakkāl of seed to sow it.

3 marakkāl (viraippāṭu); mukkuṟuṇi; *3 மரக்கால் (விரைப்பாடு); முக்குறுணி;* 3 മരക്കാൽ (വിരൈപ്പാട്): മുക്കുറുണി; Superficial measure = 10,086 sq.ft., as requiring 3 marakkāl of seed to sow it.

4 marakkāl (viraippāṭu); tūṇi; *4 மரக்கால் (விரைப்பாடு); தூணி;* 4 മരക്കാൽ (വിരൈപ്പാട്): തൂണി; Superficial measure = 13,448 sq.ft., as requiring 4 marakkāl of seed to sow it.

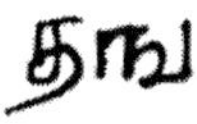

5 marakkāl (viraippāṭu); tūṇikkuṟuṇi; *5 மரக்கால் (விரைப்பாடு); தூணிக்குறுணி;* 5 മരക്കാൽ (വിരൈപ്പാട്); തൂണിക്കുറുണി; Superficial measure = 16,810 sq.ft., as requiring 5 marakkāl of seed to sow it.

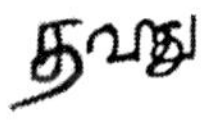

6 marakkāl (viraippāṭu); tūṇippatakku; *6 மரக்கால் (விரைப்பாடு); தூணிப் பதக்கு;* 6 മരക്കാൽ (വിരൈപ്പാട്); തൂണി പതക്ക്; Superficial measure = 20,172 sq.ft., as requiring 6 marakkāl of seed to sow it.

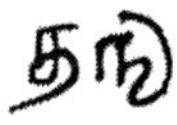

7 marakkāl (viraippāṭu); tūṇi-p-patakku kuṟuṇi; *7 மரக்கால் (விரைப்பாடு); தூணிப் பதக்கு குறுணி;* 7 മരക്കാൽ (വിരൈപ്പാട്): തൂണി പതക്ക്കുറുണി; Superficial measure = 23,534 sq.ft., as requiring 7 marakkāl of seed to sow it.

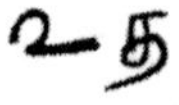 8 marakkāl (viraippāṭu); irutūṇi / iraṇṭutūṇi; *8 மரக்கால் (விரைப்பாடு);* *இரு தூணி;* 8 മരക്കാൽ (വിരൈപ്പാട്): ഇരുതൂണി; Superficial measure = 26,896 sq.ft., as requiring 8 marakkāl of seed to sow it.

 9 marakkāl (viraippāṭu); iru-tūṇi-kuṟuṇi /iraṇṭu-tūṇi-kuṟuṇi; *9 மரக்கால் (விரைப்பாடு);* *இரு தூணிக் குறுணி;* 9 മരക്കാൽ, (വിരൈപ്പാട്): ഇരുതൂണി കുറുണി; Superficial measure = 30,258 sq.ft., as requiring 9 marakkāl of seed to sow it.

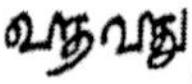 10 marakkāl (viraippāṭu); iru-tūṇi-patakku / iraṇṭu-tūṇi-patakku; *10 மரக்கால் (விரைப்பாடு);* *இரு தூணிப் பதக்கு;* 10 മരക്കാൽ (വിരൈപ്പാട്); ഇരുതൂണി പതക്ക്; Superficial measure = 33,620 sq.ft., as requiring 10 marakkāl of seed to sow it.

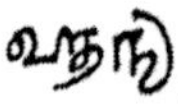 11 marakkāl (viraippāṭu); iru-tūṇi-patakku-kuṟuṇi / iraṇṭu-tūṇi-patakku-kuṟuṇi; *11 மரக்கால் (விரைப்பாடு);* *இரு தூணிப் பதக்குக் குறுணி;* 11 മരക്കാൽ (വിരൈപ്പാട്): ഇരുതൂണി പതക്ക്കുറുണി; Superficial measure 36,982 sq.ft., as requiring 11 marakkāl of seed to sow it.

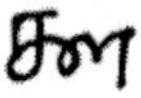 12 marakkāl (oru kalam); *12 மரக்கால்; ஒரு கலம்;* 12 മരക്കാൽ; ഒരു കലം; A measure of capacity = 12 marakkāl.

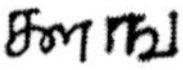 13 marakkāl; *13 மரக்கால்;* 13 മരക്കാൽ; A measure of capacity = 13 marakkāl.

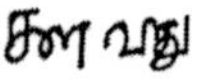 14 marakkāl; *14 மரக்கால்;* 14 മരക്കാൽ; A measure of capacity = 14 marakkāl.

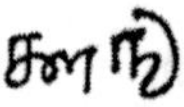 15 marakkāl; *15 மரக்கால்;* 15 മരക്കാൽ; A measure of capacity = 15 marakkāl.

 16 marakkāl; *16 மரக்கால்;* 16 മരക്കാൽ; A measure of capacity = 16 marakkāl.

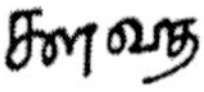 20 marakkāl; *20 மரக்கால்;* 20 മരക്കാൽ; A measure of capacity = 20 marakkāl.

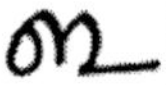 iṭaṅkaḻi; இடங்கழி* *(4 நாழி – 1 இடங்கழி);* ഇടങ്ങഴി** (4 നാഴി -1 ഇടങ്ങഴി); A measure of capacity, 4 measure = 32 ollocks.

---

* மலையாள மொழியில் நான்கு நாழி ஒரு இடங்கழி என வழங்கப் பெறுகிறது. தமிழ்ப் பேரகராதி ஒரு இடங்கழி என்பதை ஒரு படியளவு (ஒரு நாழி) எனக் குறிப்பிடு கிறது.

** മലയാള ഭാഷയിൽ നാല്നാഴി ഒരു ഇടങ്ങഴി ആണ്. തമിഴ് പേരകരാതിയിൽ ഒരു ഇടങ്ങഴിയെ പടി ആളവ് (ഒരു നാഴി) എന്ന് പറയുന്നു.

(A measure of capacity, one measure = 8 ollocks - volume - 1, Page.No- 277 - Lexicon) In malayalam four nāḻi is equal to one iṭaṅkaḻi. According to tamil Lexicon one iṭaṅkaḻi is equal to one nāḻi.

iṭaṅkaḻi; இடங்கழி *(4 நாழி – 1 இடங்கழி);* ഇടങ്ങഴി (4 നാഴി -1 ഇടങ്ങഴി); A measure of capacity, 4 measure = 32 ollocks.

iṭaṅkaḻi; இடங்கழி *(4 நாழி – 1 இடங்கழி);* ഇടങ്ങഴി (4 നാഴി -1 ഇടങ്ങഴി); A measure of capacity, 4 measure = 32 ollocks.

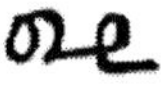

iṭaṅkaḻi; இடங்கழி *(4 நாழி – 1 இடங்கழி);* ഇടങ്ങഴി (4 നാഴി -1 ഇടങ്ങഴി); A measure of capacity, 4 measure = 32 ollocks.

paṟa / paṟai; *பற; பறை (10 இடங்கழி – 1 பறை); 40 நாழி – 1 பறை;* പറ (10 ഇടങ്ങഴി 1 പറ); *40* നാഴി - 1 പറ A measure of capacity = 320 ollocks.

paṟa / paṟai; *பற; பறை (10 இடங்கழி – 1 பறை); 40 நாழி – 1 பறை;* പറ (10 ഇടങ്ങഴി 1 പറ); *40* നാഴി - 1 പറ A measure of capacity = 320 ollocks.

paṟa / paṟai; *பற; பறை (10 இடங்கழி – 1 பறை); 40 நாழி – 1 பறை;* പറ (10 ഇടങ്ങഴി1 പറ); *40* നാഴി - 1 പറ A measure of capacity = 320 ollocks.

paṟa / paṟai; *பற; பறை (10 இடங்கழி – 1 பறை); 40 நாழி – 1 பறை;* പറ (10 ഇടങ്ങഴി1 പറ); *40* നാഴി - 1 പറ A measure of capacity = 320 ollocks.

paṟa / paṟai; *பற; பறை (10 இடங்கழி – 1 பறை); 40 நாழி – 1 பறை;* പറ (10 ഇടങ്ങഴി1 പറ); *40* നാഴി - 1 പറ A measure of capacity = 320 ollocks.

paṟa / paṟai; *பற; பறை (10 இடங்கழி – 1 பறை); 40 நாழி – 1 பறை;* പറ (10 ഇടങ്ങഴി1 പറ); *40* നാഴി - 1 പറ A measure of capacity = 320 ollocks.

tuṭam / tuṭavu; *துடம் அல்லது துடவு (4 துடம் – 1 நாழி);* തുടം / തുടവ് (4 തുടം 1 നാഴി); A liquid measure; Four tuṭam - one measure = 8 ollocks.

நிறுத்தல் அளவைக் குறியீடுகள்

palam; *பலம் (35 கிராம் கொண்ட அளவை)* தற்பொழுது வழக்கில் இல்லை; പലം (35 ഗ്രാം അളവ്) നിലവിൽ ഉപ യോഗിക്കാറില്ല; measure of weight. roughly about 35 grams.

palam; *பலம் (35 கிராம் கொண்ட அளவை)* தற்பொழுது வழக்கில் இல்லை; പലം (35 ഗ്രാം അളവ്) നിലവിൽ ഉപ യോഗിക്കാറില്ല ; measure of weight. roughly about 35 grams.

palam; *பலம் (35 கிராம் கொண்ட அளவை)* தற்பொழுது வழக்கில் இல்லை; പലം (35 ഗ്രാം അളവ്) നിലവിൽ ഉപ യോഗിക്കാറില്ല ; measure of weight. roughly about 35 grams.

palam; *பலம் (35 கிராம் கொண்ட அளவை)* தற்பொழுது வழக்கில் இல்லை; പലം (35 ഗ്രാം അളവ്) നിലവിൽ ഉപ യോഗിക്കാറില്ല ; measure of weight. roughly about 35 grams.

mañcāṭi; *மஞ்சாடி (260 மி. கிராம் எடையுடையது ஒரு மஞ்சாடி). இரண்டு குன்றிமணி எடை கொண்டது. 1 குன்றி மணி எடை 130 மி.கிராம்;* മഞ്ചാടി (260 മില്ലി ഗ്രാം തൂക്കം = 1 മഞ്ചാടി). രണ്ട് കുന്നിമണി = ഒരു മഞ്ചാടി: ഒരു കുന്നിമണി=130 മില്ലി ഗ്രാം; Adenanthera seed weighing two kuṉṟimani, used by goldsmiths as a weight.

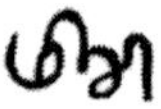
mañcāṭi; *மஞ்சாடி (260 மி. கிராம் எடையுடையது ஒரு மஞ்சாடி). இரண்டு குன்றிமணி எடை கொண்டது. 1 குன்றி மணி எடை 130 மி.கிராம்;* മഞ്ചാടി (260 മില്ലി ഗ്രാം തൂക്കം = 1 മഞ്ചാടി). രണ്ട് കുന്നിമണി = ഒരു മഞ്ചാടി: ഒരു കുന്നിമണി=130 മില്ലി ഗ്രാം; Adenanthera seed weighing two kuṉṟimani, used by goldsmiths as a weight.

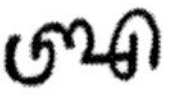
mañcāṭi; *மஞ்சாடி (260 மி. கிராம் எடையுடையது ஒரு மஞ்சாடி). இரண்டு குன்றிமணி எடை கொண்டது. 1 குன்றி மணி எடை 130 மி.கிராம்;* മഞ്ചാടി (260 മില്ലി ഗ്രാം തൂക്കം = 1 മഞ്ചാടി). രണ്ട് കുന്നിമണി = ഒരു മഞ്ചാടി: ഒരു കുന്നിമണി=130 മില്ലി ഗ്രാം; Adenanthera seed weighing two kuṉṟimani, used by goldsmiths as a weight.

kal̲añcu; *கழஞ்சு (5.1 கிராம்);* കഴഞ്ച്(5.1ഗ്രാം); A weight equal in modern times 5.1 gram.

kal̲añcu; *கழஞ்சு (5.1 கிராம்);* കഴഞ്ച്(5.1ഗ്രാം); A weight equal in modern times 5.1 gram.

kal̲añcu; *கழஞ்சு (5.1 கிராம்);* കഴഞ്ച്(5.1ഗ്രാം); A weight equal in modern times 5.1 gram.

kal̲añcu; *கழஞ்சு (5.1 கிராம்);* കഴഞ്ച്(5.1ഗ്രാം); A weight equal in modern times 5.1 gram.

kal̲añcu; *கழஞ்சு (5.1 கிராம்);* കഴഞ്ച്(5.1ഗ്രാം); A weight equal in modern times 5.1 gram.

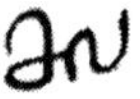

kal̲añcu; *கழஞ்சு (5.1 கிராம்);* കഴഞ്ച്(5.1ഗ്രാം); A weight equal in modern times 5.1 gram.

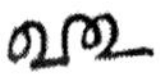

virākan̲eṭai; *விராகனெடை (3.5 கிராம்);* വിരകനെടൈ (3.5 ഗ്രാം); measure of weight, roughly about 3.5 gram.

vīcam; *வீசம் (ஒரு நெல் எடைக் கருவி);* വീശം (നെല്ല് അളക്കുന്ന ഉപകരണം); weight machine of a grain of paddy.

vīcam; *வீசம் (ஒரு நெல் எடைக் கருவி);* വീശം (നെല്ല് അളക്കുന്ന ഉപകരണം); weight machine of a grain of paddy.

vīcam; *வீசம் (ஒரு நெல் எடைக் கருவி);* വീശം (നെല്ല് അളക്കുന്ന ഉപകരണം); weight machine of a grain of paddy.

mā; *மா (ஒரு நிறை);* മാ (ഒരു നിറ); A measure of weight - 1 mā.

iraṇṭumā; *இரண்டு மா;* രണ്ടു മാ; A measure of weight - 2 mā.

iraṇṭumā; *இரண்டு மா;* രണ്ടു മാ; A measure of weight - 2 mā.

iraṇṭumā; *இரண்டு மா;* രണ്ടു മാ; A measure of weight - 2 mā.

mūn̲r̲umā; *மூன்று மா;* മൂന്ന് മാ; A measure of weight - 3 mā.

mūn̲r̲umā; *மூன்று மா;* മൂന്ന് മാ; A measure of weight - 3 mā.

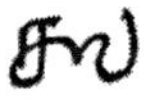

nān̲kumā; *நான்கு மா;* നാല് മാ; A measure of weight - 4 mā.

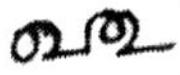

vīcai; *வீசை;* വീശ; A measure of weight roughly about 1 k.g and 400 grams.

நீட்டல் அளவைக் குறியீடுகள்

kul̲i; *குழி (12 அடிக்கோல் 1 குழி) நிலத்தை அளப்பதற்கான முறைகளில் நூற்று நாற்பத்து நான்கு சதுர அடி கொண்ட ஓர் அளவு;* കുഴി (12 അടികോൽ ഒരു കുഴി) നിലം അളക്കുന്ന രീതിയിൽ 144 ചതുര അടിക്ക് തുല്യമായ അളവ്; A Land measure is equal to 144 sq.ft.

kul̲i; *குழி (12 அடிக்கோல் 1 குழி) நிலத்தை அளப்பதற்கான முறைகளில் நூற்று நாற்பத்து நான்கு சதுர அடி கொண்ட ஓர் அளவு;* കുഴി (12 അടികോൽ ഒരു കുഴി) നിലം അളക്കുന്ന രീതിയിൽ 144 ചതുര അടിക്ക് തുല്യമായ അളവ്; A Land measure is equal to 144 sq.ft.

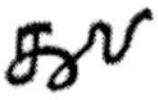
kul̲i; *குழி (12 அடிக்கோல் 1 குழி) நிலத்தை அளப்பதற்கான முறைகளில் நூற்று நாற்பத்து நான்கு சதுர அடி கொண்ட ஓர் அளவு;* കുഴി (12 അടികോൽ ഒരു കുഴി) നിലം അളക്കുന്ന രീതിയിൽ 144 ചതുര അടിക്ക് തുല്യമായ അളവ്; A Land measure is equal to 144 sq.ft.

kul̲i; *குழி (12 அடிக்கோல் 1 குழி) நிலத்தை அளப்பதற்கான முறைகளில் நூற்று நாற்பத்து நான்கு சதுர அடி கொண்ட ஓர் அளவு;* കുഴി (12 അടികോൽ ഒരു കുഴി) നിലം അളക്കുന്ന രീതിയിൽ 144 ചതുര അടിക്ക് തുല്യമായ അളവ്; A Land measure is equal to 144 sq.ft.

vēli; *வேலி (20 மா 1 வேலி – நில அளவையில்);* വേലി (20 മാ 1 വേലി – നില അളവിൽ); A Land measure is equal to 6.67 acres.

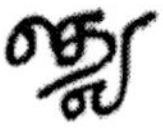
mukkālvēli; *முக்கால் வேலி;* മുക്കാൽ വേലി; A Land measure is equal to three quarter 'veli'.

3

அளவை அல்லாத குறியீடுகள்

இப்பகுதியில் அளவை சாராத 242 குறியீடுகள் வகைப்படுத்தித் தரப்பட்டுள்ளன. குறியீடுகளை வரிசைப்படுத்த முடியாது என்பதால், அவை தரும் பொருள் அடிப்படையில் அகர வரிசைப்படுத்தப்பட்டுள்ளன. (மொத்தம் 105 சொற்கள்)

അളവ് അല്ലാത്ത ചിഹ്നങ്ങൾ

ഇതിൽ അളവ് അല്ലാത്ത 242 ചിഹ്നങ്ങൾ വക തിരിച്ച് രേഖപ്പെടുത്തിയിരിക്കുന്നു. അടയാളങ്ങൾ ക്രമപ്പെടുത്താൻ കഴിയാത്തത് കൊണ്ട് അവ തരുന്ന അർത്ഥത്തിൽ അക്ഷരത്തിന്റെ അടിസ്ഥാനത്തിൽ അവയെ തരംതിരിച്ചിട്ടുണ്ട്. (ആകെ 105 വാക്കുകൾ)

Non - Measurement Symbols

This Chapter contains the classification of 242 non - measurement symbols. As these symbols are hard to sort out, they have alphabetically arranged with respective of meanings (105 words in total)

accu; அச்சு (பழைய நாணயம்); അച്ച് (ചക്രം); Old coin.

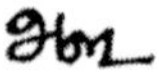
aṭaikkāy-amutu; அடைக்காய் அமுது; അടയ്ക്ക; betel - nut.

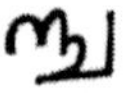
atēnāḷ; அதே நாள்; അന്നത്തെ ദിവസം; On the same day.

arici; அரிசி; അരി; Rice.

arici; அரிசி; അരി; Rice.

arici; அரிசி; അരി; Rice.

avar; அவர்; அருகில் இல்லாத ஆணையோ பெண்ணையோ மரியாதையுடன் சுட்டும் பெயர்; അവർ; Third person singular (honorific) pronoun (indicating one who is not nearer to the speaker) he or she.

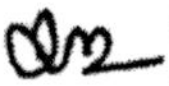
āka; ஆக (இடைச்சொல்); ആകെ; Conjuction; It denotes the indeclinable particle as one of the parts of speech; as total.

āka; ஆக (இடைச்சொல்); ആകെ; Conjuction; It denotes the indeclinable particle as one of the parts of speech; as total.

āka; ஆக (இடை ச்சொல்); ആകെ; Conjuction; It denotes the indeclinable particle as one of the parts of speech; as total.

āka; ஆக (இடைச்சொல்); ആകെ; Conjuction; It denotes the indeclinable particle as one of the parts of speech; as total.

āṇṭu / varuṭam; ஆண்டு / வருடம்; വർഷം; Year.

āṇṭu / varuṭam; ஆண்டு / வருடம்; വർഷം; Year.

āṇṭu / varuṭam; ஆண்டு / வருடம்; വർഷം; Year.

āṇṭu / varuṭam; ஆண்டு / வருடம்; വർഷം; Year.

āṇṭu / varuṭam; ஆண்டு / வருடம்; വർഷം; Year.

āṇṭu / varuṭam; ஆண்டு / வருடம்; വർഷം; Year.

āṇṭu / varuṭam; ஆண்டு / வருடம்; വർഷം; Year.

āṇṭu / varuṭam; ஆண்டு / வருடம்; വർഷം; Year.

āṇṭu / varuṭam; ஆண்டு / வருடம்; വർഷം; Ycar.

āḷ / pēr; ஆள் / பேர்; വ്യക്തി; a person.

āḷ / pēr; ஆள் / பேர்; വ്യക്തി; a person.

iṭam; இடம்; ഇടം; സ്ഥലം; Place.

inta; இந்த; ഇത്; This.

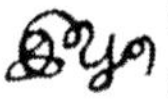

ilakkam; இலக்கம்; അക്കം; Digit.

īṭṭi; ஈட்டி; കുന്തകം; Spear.

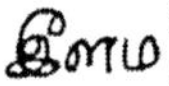

īḻam; ஈழம்; ഈഴം; One place name in SriLanka.

uyil; உயில்; വിൽപത്രം; Will.

uru / uruvam; உரு / உருவம்; രൂപം; image; portrait (?).

uṟakkam / tūkkam; உறக்கம் / தூக்கம்; ഉറക്കം; Sleep.

eṭṭāvatuāṇṭu; எட்டாவது ஆண்டு; എട്ടാം വർഷം; 8th year.

eṇ; எண்; എണ്ണം; Number.

eṇ; எண்; എണ്ണം; Number.

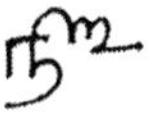

eṇ; எண்; എണ്ണം; Number.

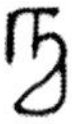

eṇ; எண்; എണ്ണം; Number.

etu; எது; ഏത; Which.

eḷ; எள்; എള്ള്; Gingelly.

oṉpatāvatu āṇṭu; ஒன்பதாவது ஆண்டு; ഒൻപതാം വർഷം; 9th year.

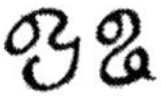

ōm /puṉitamantiram / piraṇavam; ஓம்; புனித மந்திரம்; பிரணவம்; ഓം; ഓംകാരം; പ്രണവം; Mystic name of the Deity, preceding all the mantras of worship.

ōm /puṉitamantiram / piraṇavam; ஓம்; புனித மந்திரம்; பிரணவம்; ഓം; ഓംകാരം; പ്രണവം; Mystic name of the Deity, preceding all the mantras of worship.

kaṇṇāṟu; கண்ணாறு (பாசன வாய்க்கால்); കനാൽ (ജലസേചന ചാനൽ); It denotes the sign of an irrigation water course leading to a paddy field, as a stream issuing from a sluice.

kaṇakku; கணக்கு[1]; കണക്ക്; Accountant.

kaṇakku; கணக்கு[2]; வரவு செலவு கணக்கு விவரம்; കണക്ക്: അക്കൗണ്ട് ബുക്ക്; Account book; ledger.

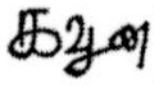
kavuṇṭaṉ; *கவுண்டன்;* கൗണ്ടൻ; Caste of Goundar.

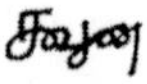
kavuṇṭaṉ; *கவுண்டன்;* കൗണ്ടൻ; Caste of Goundar.

kācu; *காசு;* പണം; Coin.

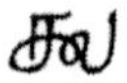
kācu; *காசு;* പണം; Coin.

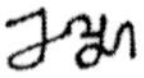
kācu; *காசு;* പണം; Coin.

kācu; *காசு;* പണം; Coin.

kāṇikkai / tiruppaṇam; *காணிக்கை; திருப்பணம்;* കാണിക്ക; Offertory; oblation.

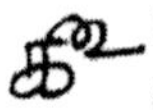
kirayam; கிரயம் *(பெரும்பாலும் நிலம், வீடு போன்றவை பெறும் விலை);* വിൽപ്പന - പലപ്പോഴും ഭൂമി, വീട്മുതലായവയുടെ വില; Mostly of land, house etc... price (offered and accepted).

kīḻ ; கீழ் (இக்குறியீடு கீழ்ப்பகுதி எனும் பொருளைத் தருவதாக உள்ளது); കീഴ്; താഴെ; The symbol indicates back parts / lover parts of the land in an inscription.

kīḻ ; கீழ் (இக்குறியீடு கீழ்ப்பகுதி எனும் பொருளைத் தருவதாக உள்ளது); കീഴ്: താഴെ; The symbol indicates back parts / lover parts of the land in an inscriptions.

kīṟal; கீறல் *(ஓலைச் சுவடிகளில் எழுதும் முறை);* കൈയെഴുത്തു പ്രതികളിൽ എഴുതുന്ന രീതി; A type of scratch used to write on palm leaves.

kēḻvaraku; கேழ்வரகு *(கடுகு போன்ற உருண்டையான சிவப்பு நிறத் தானியம்);* കൂരവ്; Ragi.

kēḻvaraku; கேழ்வரகு *(கடுகு போன்ற உருண்டையான சிவப்பு நிறத் தானியம்);* കൂരവ്; Ragi.

kōyil / ampalam; *கோயில்; அம்பலம்;* അമ്പലം: ക്ഷേത്രം; Temple.

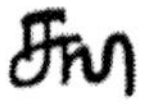
kōyil / ampalam; *கோயில்; அம்பலம்;* അമ്പലം: ക്ഷേത്രം; Temple.

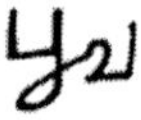
cakkaram; *சக்கரம்; அரையணா மதிப்புள்ளதாய் வழங்கும் மலையாள (திருவிதாங்கூர்) நாணய வகை;* ചക്രം1/2 വില നൽകുന്ന അണ തിരുവിതാംകൂർ കറൻസി തരം; A coin of Travancore nearly equal to 16 kāsu.

cakkaram; *சக்கரம்; அரையணா மதிப்புள்ளதாய் வழங்கும் மலையாள (திருவிதாங்கூர்) நாணய வகை;* ചക്രം1/2 വില നൽകുന്ന അണ തിരുവിതാംകൂർ കറൻസി തരം; A coin of Travancore nearly equal to 16 kāsu.

cakkaram; *சக்கரம்; அரையணா மதிப்புள்ளதாய் வழங்கும் மலையாள (திருவிதாங்கூர்) நாணய வகை;* ചക്രം1/2 വില നൽകുന്ന അണ തിരുവിതാംകൂർ കറൻസി തരം*;* A coin of Travancore nearly equal to 16 kāsu.

campāarici; *சம்பா அரிசி;* ചമ്പാവരി*;* Samba Rice.

citamparam; *சிதம்பரம்;* ചിദംബരം*;* Chithambaram (name).

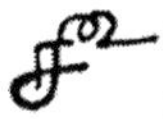

cirañcīvi; *சிரஞ்சீவி (ஆணின் பெயருக்கு முன் சேர்த்து வாழ்த்துக் கூறும் சொல்);* ചിരഞ്ജീവി; പുല്ലിംഗ നാമത്തിനു മുൻപ ായി ആശംസകൾ ചേർത്ത വാക്ക്*;* cirañcīvi - A term of blessing comes infront of men's name.

cey; *செய் (1 3/4 ஏக்கர் கொண்ட நன்செய் நில அளவு;* സെയ് (1 3/4 ഏക്കർ കൊള്ളുന്ന തണ്ണീർ - ത്തടം (wetland) ഭൂ അളവ്*;* 1 3/4 acres of wet land; *வயல்*; wet field.

cey; *செய் (1 3/4 ஏக்கர் கொண்ட நன்செய் நில அளவு;* സെയ് (1 3/4 ഏക്കർ കൊള്ളുന്ന തണ്ണീർ - ത്തടം (wetland) ഭൂ അളവ്*;* 1 3/4 acres of wet land; *வயல்*; wet field.

celavu; *செலவு;* ചിലവ്*;* Expence.

celavu; *செலவு;* ചിലവ്*;* Expence.

taṭi; *தடி (நான்கு வரம்புகளுக்கு உட்பட்ட வயல்);* തടി: 4 പരിമിതികൾക്ക് വിധേയമായ വയൽ*;* A paddy field contains four plots around.

taṭi; *தடி (நான்கு வரம்புகளுக்கு உட்பட்ட வயல்);* തടി: 4 പരിമിതികൾക്ക് വിധേയമായ വയൽ*;* A paddy field contains four plots around.

taṭi; *தடி (நான்கு வரம்புகளுக்கு உட்பட்ட வயல்);* തടി: 4 പരിമിതികൾക്ക് വിധേയമായ വയൽ*;* A paddy field contains four plots around.

tampi; *தம்பி;* തമ്പി: അനിയൻ*;* Younger brother.

tāṉiyam; *தானியம்;* ധാന്യം*;* grain.

tāṉiyam; *தானியம்;* ധാന്യം*;* grain.

tīrvai; virpaṉaivari; *தீர்வை; விற்பனை வரி;* ചുങ്കം; വില്പനനികുതി*;* Tax.

 kaṭavuḷ (tuṇai); *கடவுள் (துணை);* ദൈവം (കൂടെയുണ്ട്); Protection from god.

 teṟku; *தெற்கு;* തെക്കു; South.

 teṉṉaimaram; *தென்னை மரம்;* തെങ്ങ്; Coconut tree.

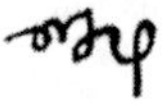 tēṅkāy; *தேங்காய்;* തേങ്ങ; Coconut.

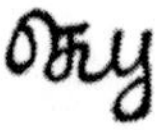 tēṅkāy; *தேங்காய்;* തേങ്ങ; Coconut.

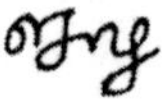 tēṅkāy; *தேங்காய்;* തേങ്ങ; Coconut.

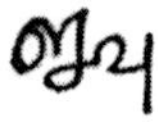 tēṅkāy; *தேங்காய்;* തേങ്ങ; Coconut.

 tēṅkāy; *தேங்காய்;* തേങ്ങ; Coconut.

 tēcam; *தேசம்;* നാട്; Country; Nation.

 tēti / nāḷ; *தேதி / நாள்;* തീയതി; Date; Day.

 tēti / nāḷ; *தேதி / நாள்;* തീയതി; Date; Day.

 tēti / nāḷ; *தேதி / நாள்;* തീയതി; Date; Day.

 tēti / nāḷ; *தேதி / நாள்;* തീയതി; Date; Day.

 tēti / nāḷ; *தேதி / நாள்;* തീയതി; Date; Day.

 tēti / nāḷ; *தேதி / நாள்;* തീയതി; Date; Day.

 tēti / nāḷ; *தேதி / நாள்;* തീയതി; Date; Day.

 tēti / nāḷ; *தேதி / நாள்;* തീയതി; Date; Day.

 tēti / nāḷ; *தேதி / நாள்;* തീയതി; Date; Day.

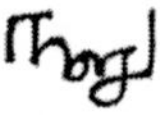 nañcai; *நஞ்சை – பாசன வசதிப் பெற்று நெல் பயிரிடப்படும் நிலம்;* വരണ്ട സ്ഥലം,തരിശു ഭൂമി-ജലസേചനം ചെയ്ത നെൽ വയൽ; Wet land.

 nañcai; *நஞ்சை – பாசன வசதிப் பெற்று நெல் பயிரிடப்படும் நிலம்;* വരണ്ട സ്ഥലം,തരിശു ഭൂമി-ജലസേചനം ചെയ്ത നെൽ വയൽ; Wet land.

 nañcai; *நஞ்சை – பாசன வசதிப் பெற்று நெல் பயிரிடப்படும் நிலம்;* വരണ്ട സ്ഥലം,തരിശു ഭൂമി-ജലസേചനം ചെയ്ത നെൽ വയൽ; Wet land.

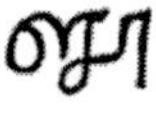 nayiṉār; *நயினார்;* നയിനാർ: ദൈവം; God.

 nalleṇṇey; *நல்லெண்ணெய்;* നല്ലെണ്ണ; Sesame oil.

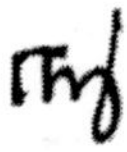 navarai; *நவரை (ஒரு வகை நெல்);* നവര (ഒരു തരം നെല്ല്); A kind of paddy.

 nāyakkar; *நாயக்கர்;* നായ്ക്കർ; People of the nāyakkar caste.

nārāyaṇaṉ; *நாராயணன்;* നാരായണൻ; nārāyaṇaṉ (Name).

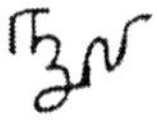
nāḷatu; *நாளது (நாளை முதல்);* നാളത് (നാളെ മുതൽ); From tomorrow onwards.

nāḷatu; *நாளது (நாளை முதல்);* നാളത് (നാളെ മുതൽ); From tomorrow onwards.

nāḷatu; *நாளது (நாளை முதல்);* നാളത് (നാളെ മുതൽ); From tomorrow onwards.

nāḷatu; *நாளது (நாளை முதல்);* നാളത് (നാളെ മുതൽ); From tomorrow onwards.

nilam; *நிலம்;* ഭൂമി (വസ്തു); Land.

nilam; *நிலம்;* ഭൂമി (വസ്തു); Land.

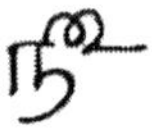
nilam; *நிலம்;* ഭൂമി (വസ്തു); Land.

nilam; *நிலம்;* ഭൂമി (വസ്തു); Land.

nilam; *நிலம்;* ഭൂമി (വസ്തു); Land.

nilam; *நிலம்;* ഭൂമി (വസ്തു); Land.

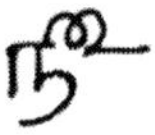
niluvai; *நிலுவை;* ബാക്കി; Balance; arrears.

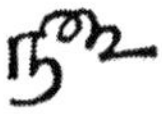
niluvai; *நிலுவை;* ബാക്കി; Balance; arrears.

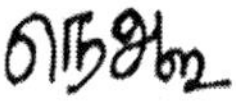
neyyamutu; *நெய்யமுது;* നെയ്യമൃത് (നിവേദ്യം); Offering ghee rice to the god.

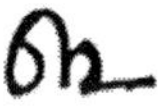
nel; *நெல்;* നെല്ല്; Paddy.

nel; *நெல்;* നെല്ല്; Paddy.

nel; *நெல்;* നെല്ല്; Paddy.

nel; *நெல்;* നെല്ല്; Paddy.

nel; *நெல்;* നെല്ല്; Paddy.

paṇam; *பணம்;* പണം; Money.

paṇam; *பணம்;* പണം; Money.

paṇam; *பணம்;* പണം; Money.

paṇam; *பணம்;* പണം; Money.

paṇam; *பணம்;* പണം; Money.

paṇam; *பணம்;* പണം; Money.

paṇam; *பணம்;* പണം*;* Money.

paḻaiya-kocciṉ-paṇam; *பழைய கொச்சின் பணம்;* പഴയ കൊച്ചിൻ പണം*;* Old cochin money.

paḻaiya-kocciṉ-paṇam; *பழைய கொச்சின் பணம்;* പഴയ കൊച്ചിൻ പണം*;* Old cochin money.

patti; *பத்தி;* കോളം: വണ്ഡിക*;* A column.

parṟu; *பற்று (செலவும் வருமானமும்);* പറ്റ് (ചിലവും വരവും); Expenditure and income.

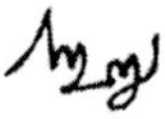

pāṭṭam / kuttakai; *பாட்டம்;* *குத்தகை;* പാട്ടം; കുത്തക*;* Contract of lease.

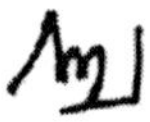

pāṭṭam / kuttakai; *பாட்டம்;* *குத்தகை;* പാട്ടം; കുത്തക*;* Contract of lease.

piracātam; *பிரசாதம்;* പ്രസാദം*;* Boiled rice, etc, offered to an deity.

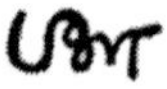

piḷḷai; *பிள்ளை (ஒரு சாதி);* പിള്ള (ഒരു ജാതി)*;* Caste of pillai or veḷḷālar.

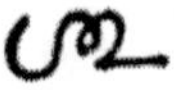

piḷḷai; *பிள்ளை (ஒரு சாதி);* പിള്ള (ഒരു ജാതി)*;* Caste of pillai or veḷḷālar.

piḷḷai; *பிள்ளை (ஒரு சாதி);* പിള്ള (ഒരു ജാതി)*;* Caste of pillai or veḷḷālar.

piḷḷai; *பிள்ளை (ஒரு சாதி);* പിള്ള (ഒരു ജാതി)*;* Caste of pillai or veḷḷālar.

piḷḷaiyārcuḻi; *பிள்ளையார் சுழி;* പിള്ളയാർ ചുഴി: ഗണപതി ചുഴി*;* A symbol of lord ganesh, used by the hindus to repute their faith on god and assures his blessing.

pūcciyam; *பூச்சியம்;* പൂജ്യം*;* Zero.

pūcciyam; *பூச்சியம்;* പൂജ്യം*;* Zero.

pūcciyam; *பூச்சியம்;* പൂജ്യം*;* Zero.

pūcāri / nampi; *பூசாரி / நம்பி;* പൂജാരി: നമ്പി*;* Priest.

pūram; *பூரம் (பதினோராம் நட்சத்திரம்);* പൂരം (11 പതിനൊന്നാമത്തെ നക്ഷത്രം)*;* The eleventh nakṣatra.

puttaṉ; *புத்தன் (பழைய கொச்சின் நாணயம்);* ബുദ്ധൻ (പഴയ കൊച്ചിൻ പണം)*;* Old cochin coin.

puttaṉ; *புத்தன் (பழைய கொச்சின் நாணயம்);* ബുദ്ധൻ (പഴയ കൊച്ചിൻ പണം)*;* Old cochin coin.

puḷḷi; *புள்ளி – விளைச்சல் மதிப்பீடு செய்யப்பட்ட நிலத்தொகுதி;* വിളവ് റേറ്റ് ചെയ്ത ഭൂമി; Yields estimated area.

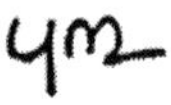

puṟayiṭam; *புறயிடம்;* പുരയിടം; Garden land.

puṟayiṭam; *புறயிடம்;* പുരയിടം; Garden land.

puṉcey; *புன்செய்ப்பயிர் செய்வதற்கு ஏற்ற நிலம்;* പുഞ്ച; ചതുപ്പ് നിലം; Land Fit for dry Cultivation only.

puṉcey; *புன்செய்ப்பயிர் செய்வதற்கு ஏற்ற நிலம்;* പുഞ്ച; ചതുപ്പ് നിലം; Land Fit for dry Cultivation only.

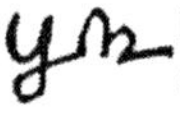

puṉcey; *புன்செய்ப்பயிர் செய்வதற்கு ஏற்ற நிலம்;* പുഞ്ച; ചതുപ്പ് നിലം; Land Fit for dry Cultivation only.

puṉcey; *புன்செய்ப்பயிர் செய்வதற்கு ஏற்ற நிலம்;* പുഞ്ച; ചതുപ്പ് നിലം; Land Fit for dry Cultivation only.

puṉcey; *புன்செய்ப்பயிர் செய்வதற்கு ஏற்ற நிலம்;* **പുഞ്ചെ- ചതുപ്പ്** നിലം; Land Fit for dry Cultivation only.

puṉcey; *புன்செய்ப்பயிர் செய்வதற்கு ஏற்ற நிலம்;* **പുഞ്ചെ- ചതുപ്പ്** നിലം; Land Fit for dry Cultivation only.

perumāḷ; *பெருமாள்;* **പെരുമാൾ;** perumāḷ (name).

perumāḷum; *பெருமாளும்;* പെരുമാളും; perumāḷ also.

pēril; *பேரில்; (ஒன்றன்) பெயரால்;* **പേരിൽ;** In the name of; on the basic.

poṉ; *பொன்;* സ്വർണ്ണം; Gold.

poṉ; *பொன்;* സ്വർണ്ണം; Gold.

makacūl; *மகசூல்;* വിളവ്; Yield.

makaṉ; *மகன்;* മകൻ; Son.

mātam; *மாதம்;* മാസം; Month.

mātam; *மாதம்;* മാസം; Month.

māṭam; *மாதம்;* മാസം*;* Month.

māṭam; *மாதம்;* മാസം*;* Month.

māṭam; *மாதம்;* മാസം*;* Month.

māṭam; *மாதம்;* മാസം*;* Month.

māṭam; *மாதம்;* മാസം*;* Month.

māṭam; *மாதம்;* മാസം*;* Month.

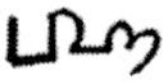
māṭam; *மாதம்;* മാസം*;* Month.

māṭam; *மாதம்;* മാസം*;* Month.

māṭam; *மாதம்;* മാസം*;* Month.

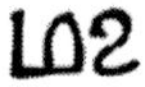
māṭam; *மாதம்;* മാസം*;* Month.

māṭam; *மாதம்;* മാസം*;* Month.

māṭam; *மாதம்;* മാസം*;* Month.

māṭam; *மாதம்;* മാസം*;* Month.

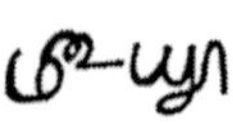
māṉiyam; *மானியம்;* മാനിയം: സബ്സിഡി; Subsidy.

māṉiyam; *மானியம்;* മാനിയം: സബ്സിഡി; Subsidy.

māṉiyam; *மானியம்;* മാനിയം: സബ്സിഡി; Subsidy.

miḷaku; *மிளகு;* കുരുമുളക്*;* Pepper.

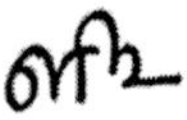
mītam / miccam; *மீதம் / மிச்சம்;* മിച്ചം: ബാക്കി; Balance; Remnant; Relic.

mukam; *முகம்;* മുഖം*;* Face.

mutal; *முதல்*[1] *(குறிப்பிடப்படுவது) தொடங்கி (குறிப்பிடப் படும் மற்றொன்று முடிய) என்ற பொருளில் பயன்படுத்தப்படுவது;* മുതൽ (തുടക്കം മുതൽ ഒടുക്കം വരെ)*;* From (in such sequence as from to).

mutal; *முதல்*[1] *(குறிப்பிடப்படுவது) தொடங்கி (குறிப்பிடப்படும் மற்றொன்று முடிய) என்ற பொருளில் பயன்படுத்தப்படுவது;* മുതൽ (തുടക്കം മുതൽ ഒടുക്കം വരെ)*;* From (in such sequence as from to).

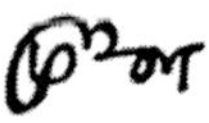
mutal; *முதல்*[1] *(குறிப்பிடப்படுவது) தொடங்கி (குறிப்பிடப் படும் மற்றொன்று*

(முடிய) என்ற பொருளில் பயன்படுத்தப்படுவது; മുതൽ (തുടക്കം മുതൽ ഒടുക്കം വരെ); From (in such sequence as from to).

mutal (pattiram); *முதல்[2] (பத்திரம்); மூலதனம்(?);* മുതൽ: (പ്രമാണം) മൂലധനം(?); Primary document; capital (?).

mutaliyār; *முதலியார்;* മുതലിയാർ; People of the mutaliyār caste.

mutaliyār; *முதலியார்;* മുതലിയാർ; People of the mutaliyār caste.

mutaliyār; *முதலியார்;* മുതലിയാർ; People of the mutaliyār caste.

mēṟku; *மேற்கு;* പടിഞ്ഞാറ്; West.

mēṟku; *மேற்கு;* പടിഞ്ഞാറ്; West.

mēṟpaṭi; *மேற்படி;* മുകളിലേതുപോലെ; as above; mentioned above.

mēṟpaṭi; *மேற்படி;* മുകളിലേതുപോലെ; as above; mentioned above.

mēṟpaṭi; *மேற்படி;* മുകളിലേതുപോലെ; as above; mentioned above.

mēṟpaṭi; *மேற்படி;* മുകളിലേതുപോലെ; as above; mentioned above.

mēṟpaṭi; *மேற்படி;* മുകളിലേതുപോലെ; as above; mentioned above.

mēṟpaṭi; *மேற்படி;* മുകളിലേതുപോലെ; as above; mentioned above.

mēṟpaṭi; *மேற்படி;* മുകളിലേതുപോലെ; as above; mentioned above.

mēṟpaṭi; *மேற்படி;* മുകളിലേതുപോലെ; as above; mentioned above.

mēṟpaṭi; *மேற்படி;* മുകളിലേതുപോലെ; as above; mentioned above.

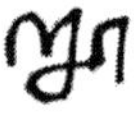
mēṟpaṭi; *மேற்படி;* മുകളിലേതുപോലെ; as above; mentioned above.

mēṟpaṭi; *மேற்படி;* മുകളിലേതുപോലെ; as above; mentioned above.

mēṟpaṭi; *மேற்படி;* മുകളിലേതുപോലെ; as above; mentioned above.

mēṟpaṭi; *மேற்படி;* മുകളിലേതുപോലെ; as above; mentioned above.

mēṟpaṭi; *மேற்படி;* മുകളിലേതുപോലെ; as above; mentioned above.

mēṟpaṭi; *மேற்படி;* മുകളിലേതുപോലെ; as above; mentioned above.

rāmaṉ; *ராமன்;* രാമൻ; Rāmaṉ (Name).

rāmayyan̲; *ராமய்யன்;* രാമയ്യൻ*;* rāmayyan̲.

vaṭakku; *வடக்கு;* വടക്ക്*;* North.

vaṭakku; *வடக்கு;* വടക്ക്*;* North.

vaṭakku; *வடக்கு;* വടക്ക്*;* North.

vaṭakku; *வடக்கு;* വടക്ക്*;* North.

vacam; *வசம்; ஒன்றின் அல்லது ஒருவரின் பொறுப்பு;* വശം; ഒന്നോ അല്ലെങ്കിൽ ഒരാളുടെ ഉത്തരവാദിത്തം; (Under one's) custody.

varaku; *வரகு (சிறுதானிய உணவு);* വരക്*;* Kodomillet.

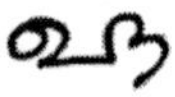
varaku; *வரகு (சிறுதானிய உணவு);* വരക്*;* Kodomillet.

varavu; *வரவு (வரவினமும் அதில் செய்யப்படவேண்டிய செலவுகளும்);* വരവ്(വരവിനമും അതിൽ ചെയ്യപ്പെട്ട ചിലവുകളും)*;* Receipts and expenditure.

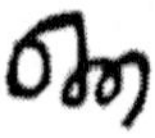
varavu; *வரவு (வரவினமும் அதில் செய்யப்படவேண்டிய செலவுகளும்);* വരവ്(വരവിനമും അതിൽ ചെയ്യപ്പെട്ട ചിലവുകളും)*;* Receipts and expenditure.

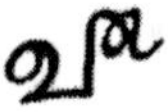
vayal; *வயல்;* വയൽ*;* Paddy field.

varākan̲; *வராகன் (விஜயநகர அரசால் வெளியிடப்பட்ட பன்றி முத்திரை கொண்ட பொன் நாணயம். மூன்றரை ரூபாய் மதிப்புடையது);* വരാഹൻ (3 ½ രൂപാ വിലയുള്ള ചക്രം) വിജയനഗർ സർക്കാർ നൽകിയ പന്നി സ്റ്റാമ്പുള്ള (മുദ്ര) സ്വർണ നാണയം*;* A gold coin = 3 ½. rupees, as bearing the image of a boar (vijayanakarā period).

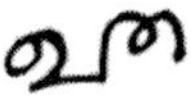
varākan̲; *வராகன் (விஜயநகர அரசால் வெளியிடப்பட்ட பன்றி முத்திரை கொண்ட பொன் நாணயம். மூன்றரை ரூபாய் மதிப்புடையது);* വരാഹൻ (3 ½ രൂപാ വിലയുള്ള ചക്രം) വിജയനഗർ സർക്കാർ നൽകിയ പന്നി സ്റ്റാമ്പുള്ള (മുദ്ര) സ്വർണ നാണയം*;* A gold coin = 3 ½. rupees, as bearing the image of a boar (vijayanakarā period).

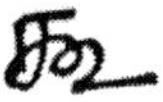

varākan̲; *வராகன் (விஜயநகர அரசால் வெளியிடப்பட்ட பன்றி முத்திரை கொண்ட பொன் நாணயம். மூன்றரை ரூபாய் மதிப்புடையது);* വരാഹൻ (3 ½ രൂപാ വിലയുള്ള ചക്രം) വിജയനഗർ സർക്കാർ നൽകിയ പന്നി സ്റ്റാമ്പുള്ള (മുദ്ര) സ്വർണ നാണയം; A gold coin = 3 ½. rupees, as bearing the image of a boar (vijayanakarā period).

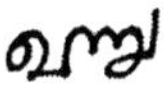

vāram; *வாரம் (ஏழு நாட்கள் கொண்ட காலம்);* വാരം (ആഴ്ച); A week.

vāram; *வாரம் (ஏழு நாட்கள் கொண்ட காலம்);* വാരം (ആഴ്ച); A week.

vāram; *வாரம் (ஏழு நாட்கள் கொண்ட காலம்);* വാരം (ആഴ്ച); A week.

vāram; *வாரம் (ஏழு நாட்கள் கொண்ட காலம்);* വാരം (ആഴ്ച); A week.

vēṟu; *வேறு; தனித்து அறியப்படுவது; ஒன்றாக்க முடியாதது;* വേറു; വേറെ; വേറിട്ട; Different.

vēṟu; *வேறு; தனித்து அறியப்படுவது; ஒன்றாக்க முடியாதது;* വേറു; വേറെ; വേറിട്ട; Different.

vēṟu; *வேறு; தனித்து அறியப்படுவது; ஒன்றாக்க முடியாதது;* വേറു; വേറെ; വേറിട്ട; Different.

vēṟu; *வேறு; தனித்து அறியப்படுவது; ஒன்றாக்க முடியாதது;* വേറു; വേറെ; വേറിട്ട; Different.

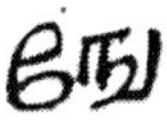

vēṟu; *வேறு; தனித்து அறியப்படுவது; ஒன்றாக்க முடியாதது;* വേറു; വേറെ; വേറിട്ട; Different.

vēṟu; *வேறு; தனித்து அறியப்படுவது; ஒன்றாக்க முடியாதது;* വേറു; വേറെ; വേറിട്ട; Different.

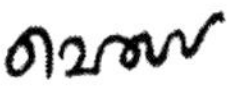

vēṟu; *வேறு; தனித்து அறியப்படுவது; ஒன்றாக்க முடியாதது;* വേറു; വേറെ; വേറിട്ട; Different.

vaṭṭam / tālukā; *வட்டம் / தாலுகா; இந்தியாவின் மாவட்ட வருவாய்த் துறையின் ஒரு நிர்வாகப் பிரிவு;* താലൂക്ക്; Taluk; Subdivision of a district.

vakai; வகை; பொதுவான அம்சங்களை அடிப்படையாகக் கொண்டு ஏற்படுத்திக் கொள்ளும் பிரிவு; വക; Classify by its common; Fundamental Character.

vakai; வகை; பொதுவான அம்சங்களை அடிப்படையாகக் கொண்டு ஏற்படுத்திக் கொள்ளும் பிரிவு; വക; Classify by its common; Fundamental Character.

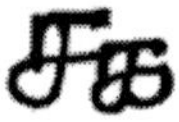

vakai; வகை; பொதுவான அம்சங்களை அடிப்படையாகக் கொண்டு ஏற்படுத்திக் கொள்ளும் பிரிவு; വക; Classify by its common; Fundamental Character.

vakai; வகை; பொதுவான அம்சங்களை அடிப்படையாகக் கொண்டு ஏற்படுத்திக் கொள்ளும் பிரிவு; വക; Classify by its common; Fundamental Character.

vaṭṭi; வட்டி; கடன் தொகைக்கு அல்லது முதலீடு செய்த தொகைக்குக் குறிப்பிட்ட காலத்திற்கு இவ்வளவு என்கிற விகிதத்தில் கூடுதலாகப் பெறப்படும் தொகை; വട്ടി; Interest.

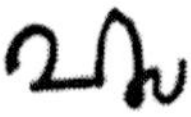

vilai; விலை; വില; Price.

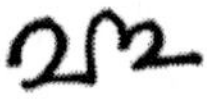

vilai; விலை; വില; Price.

šrī / tiru; ஸ்ரீ / திரு; ശ്രീ; തിരു; Title prefixed to the names of gods and great men; title equivalents to Mr.

šrī / tiru; ஸ்ரீ / திரு; ശ്രീ; തിരു; Title prefixed to the names of gods and great men; title equivalents to Mr.

4

கூட்டெழுத்துக் குறியீடுகள்

கல்வெட்டு, ஓலைச்சுவடி, செப்பேடு உள்ளிட்ட ஆவணங்களில் இரண்டு எழுத்துக்கள் இணைந்த நிலையில் காணப்படும் கூட்டெழுத்துக் குறியீடுகள் அதிகளவில் இடம்பெற்றுள்ளன. தமிழ்மொழி எழுத்தமைப்பில் கூட்டெழுத்துக்கள் இல்லை. சுருக்கம் கூறுதல் கருதி புதிய வடிவங்கள் ஏற்படுத்தி முன்னோர் பயன்படுத்தியுள்ளனர். 64 கூட்டெழுத்துக் குறியீடுகள் அகரவரிசைப்படுத்தப்பட்டு இவ்வியலில் தரப்பட்டுள்ளன. இக்கு, உக்கு, க்கு, உம் ஆகிய கூட்டெழுத்துக் குறியீடுகளுக்கு மட்டும் ஆங்கில விளக்கம் விரிவாகக் கூறப்பட்டுள்ளன. பிற குறியீடுகளுக்குத் தமிழ் ஒலிப்பெயர்ப்பு மட்டும் கொடுக்கப்பட்டுள்ளன.

കൂട്ടക്ഷര ചിഹ്നങ്ങൾ

ശിലാശാസനങ്ങൾ, കൈയെഴുത്തുപ്രതികൾ, ചെമ്പ്തകിടുകൾ എന്നീ പ്രമാണങ്ങളിൽ ഇര് അക്ഷരങ്ങൾ ചേർന്നിട്ടുള്ള കൂട്ടക്ഷര ചിഹ്നങ്ങൾ രേഖപ്പെടുത്തിയിരിക്കുന്നു.. തമിഴ് അക്ഷരമാലയിൽ കൂട്ടക്ഷരങ്ങൾ ഇല്ല. പൂർവ്വികർ ചുരുക്കി പറയാൻ വേി, പുതിയ രൂപങ്ങൾ ഉപയോഗിച്ചിരുന്നു. 64 കൂട്ടക്ഷര ലിപികൾ അക്ഷരമാലാക്രമത്തിൽ ഈ അദ്ധ്യായത്തിൽ പറഞ്ഞിട്ടുണ്ട്. ഇക്ക്, ഉക്ക്, ക്ക്, ഉം എന്നീ കൂട്ടക്ഷരലിപികൾ മാത്രം ഇംഗ്ലീഷിൽ വിശദീകരിച്ചിട്ടുണ്ട്. മറ്റുള്ളവയ്ക്ക് തമിഴ് ലിപ്യന്തരണം മാത്രം ആണ് നൽകിയിരിക്കുന്നത്.

Joint - letter symbols

Joint - letter symbols of combination of two letters are mainly seen in the documents like inscription, palm leaf manuscript and copper plate manuscript. Joint letter is not available in the spellings of tamil language. pioneers of the field and created the new forms to express something in brief. This chapter contains a list of 64 alphabetically arranged joint - letter symbols. A full fleshed detailed description has given for ikku, ukku, um. Transliteration of tamil has given for other symbols.

al; அல்;
അൽ; al.

am; அம்;
അം; am.

am; அம்;
അം; am.

ikku***; இக்கு* – தமிழில் 4 ஆம் வேற்றுமை உருபு; ഇക്ക്**; Fourth figure of speech in Tamil language; ikku.

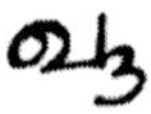
ukku; உக்கு – தமிழில் 4 ஆம் வேற்றுமை உருபு; ഉക്ക്; Fourth figure of speech in Tamil language; ukku.

ukku; உக்கு – தமிழில் 4 ஆம் வேற்றுமை உருபு; ഉക്ക്; Fourth figure of speech in Tamil language; ukku.

kku; க்கு – தமிழில் 4ஆம் வேற்றுமை உருபு; ക്ക്; Fourth figure of speech in tamil language; kku.

kku; க்கு – தமிழில் 4ஆம் வேற்றுமை உருபு; ക്ക്; Fourth figure of speech in Tamil language; kku.

kku; க்கு – தமிழில் 4ஆம் வேற்றுமை உருபு; ക്ക്; Fourth figure of speech in Tamil language; kku.

kku; க்கு – தமிழில் 4ஆம் வேற்றுமை உருபு; ക്ക്; Fourth figure of speech in Tamil language; kku.

kku; க்கு – தமிழில் 4ஆம் வேற்றுமை உருபு; ക്ക്; Fourth figure of speech in Tamil language; kku.

um; 'உம்' – இடைச்சொல்; ஒரு வாக்கியத்தில் வரும் ஒன்றுக்கு மேற்பட்ட பெயர்களையும் செயல்களையும் தொடர்புப்படுத்த பயன்படும் விகுதி; ഉം- ഇടൈചൊൽ (അവ്യയം). ഒരു വാക്യത്തിലെ ഒന്നിലധികം പേരുകളുമായോ പ്രവർത്തനങ്ങളുമായോ ബന്ധപ്പെടുന്ന ഒരു പദത്തിന്റെ ഭാഗം; ഘടകം: ഒപ്പം; A particle as a conjunction suffix; and; um.

um; 'உம்' – இடைச்சொல்; ஒரு வாக்கியத்தில் வரும் ஒன்றுக்கு மேற்பட்ட பெயர்களையும் செயல்களையும் தொடர்புப் படுத்த பயன்படும் விகுதி; ഉം- ഇടൈചൊൽ (അവ്യയം). ഒരു വാക്യത്തിലെ ഒന്നിലധികം പേരുകളുമായോ പ്രവർത്തനങ്ങളുമായോ ബന്ധപ്പെടുന്ന ഒരു പദത്തിന്റെ ഭാഗം; ഘടകം: ഒപ്പം; A particle as a conjunction suffix; and; um.

---

* தமிழில் நான்காம் வேற்றுமை உருபான 'கு'வின் மாற்றுவடிவங்களாக இக்கு, உக்கு, க்கு விளங்குகின்றன.

** തമിഴിലെ നാലാമത്തെ വിഭക്തി പ്രത്യയം'കു.' അതിന്റെ ബദൽ രൂപങ്ങളാണ് ഇക്ക്, ഉക്ക്, ക്ക് എന്നിവ.

*** ikku, ukku, ku are different form of 'ku' (case marker/preposition) in Tamil language.

um; ‘உம்’ – இடைச்சொல்; ஒரு வாக்கியத்தில் வரும் ஒன்றுக்கு மேற்பட்ட பெயர்களையும் செயல்களையும் தொடர்புப்படுத்த பயன்படும் விகுதி; ഉം-ഇടൈചൊൽ (അവ്യയം). ഒരു വാക്യത്തിലെ ഒന്നിലധികം പേരുകളുമായോ പ്രവർത്തനങ്ങളുമായോ ബന്ധപ്പെടുന്ന ഒരു പദത്തിന്റെ ഭാഗം; ഘടകം: ഒപ്പം; A particle as a conjunction suffix; and; um.

um; ‘உம்’ – இடைச்சொல்; ஒரு வாக்கியத்தில் வரும் ஒன்றுக்கு மேற்பட்ட பெயர்களையும் செயல்களையும் தொடர்புப்படுத்த பயன்படும் விகுதி; ഉം-ഇടൈചൊൽ (അവ്യയം). ഒരു വാക്യത്തിലെ ഒന്നിലധികം പേരുകളുമായോ പ്രവർത്തനങ്ങളുമായോ ബന്ധപ്പെടുന്ന ഒരു പദത്തിന്റെ ഭാഗം; ഘടകം: ഒപ്പം; A particle as a conjunction suffix; and; um.

um; ‘உம்’ – இடைச்சொல்; ஒரு வாக்கியத்தில் வரும் ஒன்றுக்கு மேற்பட்ட பெயர்களையும் செயல்களையும் தொடர்புப்படுத்த பயன்படும் விகுதி; ഉം-ഇടൈചൊൽ (അവ്യയം). ഒരു വാക്യത്തിലെ ഒന്നിലധികം പേരുകളുമായോ പ്രവർത്തനങ്ങളുമായോ ബന്ധപ്പെടുന്ന ഒരു പദത്തിന്റെ ഭാഗം; ഘടകം: ഒപ്പം; A particle as a conjunction suffix; and; um.

um; ‘உம்’ – இடைச்சொல்; ஒரு வாக்கியத்தில் வரும் ஒன்றுக்கு மேற்பட்ட பெயர்களையும் செயல்களையும் தொடர்புப்படுத்த பயன்படும் விகுதி; ഉം-ഇടൈചൊൽ (അവ്യയം). ഒരു വാക്യത്തിലെ ഒന്നിലധികം പേരുകളുമായോ പ്രവർത്തനങ്ങളുമായോ ബന്ധപ്പെടുന്ന ഒരു പദത്തിന്റെ ഭാഗം; ഘടകം: ഒപ്പം; A particle as a conjunction suffix; and; um.

 kka; க்க; ക്ക.

 kka; க்க; ക്ക.

 kki; க்கி; ക്കി.

 kam; கம்; കം.

 ko; கொ; കൊ.

 ccā; ச்சு; ച്ചു.

 ṭṭa; ட்ட; ട്ട.

 ṭṭi; ட்டி; ട്ടി.

 ṭṭu; ட்டு; ട്ടു.

 ṭṭu; ட்டு; ട്ടു.

	ṭṭu; ட்டு; ട്ടു.	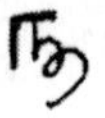	nta; ந்த; ന്ത.
	ṇṭa; ண்ட; ണ്ട.		ntiru; ந்திரு; ൻദിരൂ.
	ṇṭi; ண்டி; ണ്ടി.		ntu; ந்து; ന്ത്.
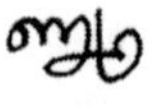	ṇṭi; ண்டி; ണ്ടി.	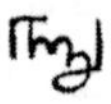	ntu; ந்து; ന്ത്.
	tta; த்த; ത്ത.	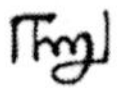	ntu; ந்து; ന്ത്.
	tta; த்த; ത്ത.		ppa; ப்ப; പ്പ.
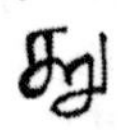	ttu; த்து; ത്ത്.		ppṭṭa; ப்பட்ட; പ്പട്ട.
	ttu; த்து; ത്ത്.		ppā; ப்பா; പ്പാ.
	ttu; த்து; ത്ത്.		yya; ய்ய; യ്യ.
	ttu; த்து; ത്ത്.		lla; ல்ல; ല്ല.
	ttu; த்து; ത്ത്.	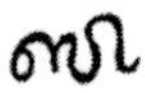	lli; ல்லி; ല്ലി.
	tti; த்தி; ത്തി.		lum; லும்; ലും.
	tti; த்தி; ത്തി.		vum; வும்; വും.
	tti; த்தி; ത്തി.		ḷam; ளம்; ളം.
	tti; த்தி; ത്തി.		ḷum; ளும்; ളും.
	tti; த்தீ; ത്തീ.		ṟṟā; ற்றா; റ്റാ.
	ttī; த்தீ; ത്തീ.		ṟṟi; ற்றி; റ്റി.
	tum; தும்; തും.		ṟṟi; ற்றி; റ്റി.
	nta; ந்த; ന്ത.		

5

ஆவணங்களில் தமிழ் எழுத்து வடிவங்கள்

தமிழ் மொழியிலுள்ள எழுத்து வடிவங்கள் பல கல்வெட்டு, ஓலைச்சுவடி, செப்பேடு உள்ளிட்ட ஆவணங்களில் இன்றைய மொழி அமைப்பிற்கு மாறாக அமைந்துள்ளன. எழுதும் இடத்திற்கேற்பவும் கால மாற்றத்திற்கேற்பவும் எழுத்து வடிவங்களில் மாற்றம் ஏற்பட்டிருக்கலாம் என அறியமுடிகிறது. இப்பகுதியில் 49 எழுத்து வடிவங்கள் இடம்பெற்றுள்ளன.

പ്രമാണങ്ങളിലെ തമിഴ് അക്ഷരഘടന

ശിലാശാസനങ്ങൾ, കൈയെഴുത്തുപ്രതികൾ, ചെമ്പ്തകിടുകൾ എന്നിവയുൾപ്പെടെ തമിഴ് ഭാഷയിൽ എഴുതുന്ന പല രൂപങ്ങളും ഇന്നത്തെ ഭാഷാ സമ്പ്രദായത്തിന് വിരുദ്ധമാണ്. എഴുതിയ സ്ഥല ത്തെയും സമയത്തെയും ആശ്രയിച്ച് എഴുത്തിനു മാറ്റമുണ്ടാകും. 49 തമിഴ് ലിപിരൂപങ്ങൾ ഈ വിഭാഗത്തിലു്.

Format of Tamil letter in Documents

Letter format of Tamil language in many documents like inscription, palm leaf manuscript, copper plate are in contrast with modern language system. It is understood that both age and place of creation of a work might have changed the shape of letters. This chapter contains 49 letter - format.

 i; இ; ഇ.

 ī; ஈ; ഈ.

 ī; ஈ; ഈ.

 ī; ஈ; ഈ.

 ū; ஊ; ഊ.

 ū; ஊ; ഊ.

 ē; ஏ; ഏ.

 ē; ஏ; ഏ.

 kū; கூ; കൂ.

 kū; கூ; കൂ.

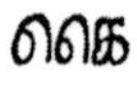 kai; கை; കൈ.

 kai; கை; കൈ.

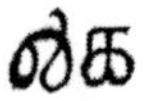 kai; கை; കൈ.

 ṅ; ங்; ങ്.

 cū; சூ; ചൂ.

 cē; சே; ചേ.

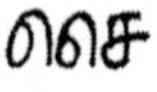 cai; சை; ചൈ.

 ti; டி; ഡി.

 ṭai; டை; ഡൈ.

 ṇā; ணா; ണാ.

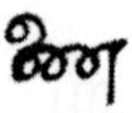 ṇai; ணை; ണൈ.

 ṇai; ணை; ണൈ.

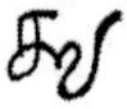 ti; தி; തി.

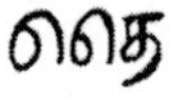 tai; தை; തൈ.

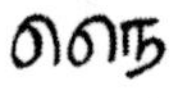 nai; நை; നൈ.

 pā; பா; പാ.

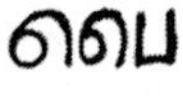 pai; பை; പൈ.

 rā; ரா; രാ.

 rai; ரை; രൈ.

 la; ல; ല.

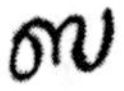 le; லெ; ലെ.

 lai; லை; ലൈ.

 lai; லை; ലൈ.

 lai; லை; ലൈ.

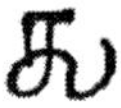
lai; *லை;*
ലൈ.

vā; *வா;*
വാ.

ve; *வெ;*
വെ.

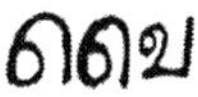
vai; *வை;*
വൈ.

ḷai; *ளை;*
ളൈ.

ḷai; *ளை;*
ളൈ.

ḷai; *ளை;*
ളൈ.

ṟ; *ற்;*
റ്.

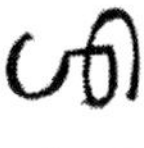
ṟi; *றி;*
റി.

ṟu; *று;*
റു.

ṟu; *று;*
റു.

ṟai; *றை;*
റൈ.

ṉā; *னா;*
നാ.

ṉā; *னா;*
നാ.

ṉai; *னை;*
നൈ.

6

அளவை வாய்ப்பாடுகள்

இப்பகுதியில் எண்ணல், முகத்தல், நிறுத்தல், நீட்டல் அளவைக்குரிய வாய்ப்பாடுகள் இடம்பெறுகின்றன. அவை தமிழில் கீழ்வாய் எண்கள், கணக்கதிகாரம் தரும் பின்ன இலக்க அட்டவணை, நாணயப்பகுதி பின்ன எண்வகை, நாணயப்பகுதி பின்ன இலக்க அட்டவணை, நாழியோடு பிற அளவுகள், இடங்கழி அளவை, ஒரு படிக்கு (நாழிக்கு) தானியங்களின் எண்ணிக்கை, முகத்தல் அளவைக்குச் சமமான மெட்ரிக் அளவைகள், நிறுத்தல் அளவை வாய்ப்பாடு, நிறுத்தலளவை (துலா அளவு), நிறுத்தல் அளவைக்குச் சமமான மெட்ரிக் அளவைகள், கழஞ்சோடு பிற அளவுகள், பலத்தோடு பிற அளவுகள், மற்றொரு முறையில் நிறுத்தல் அளவை, நீட்டல் நில அளவை வாய்ப்பாடு, வேலியோடு பிற அளவுகள், தற்கால நில அளவீடுகள் ஆகிய தலைப்புகளில் தரப்பட்டுள்ளன.

அளவை வாய்ப்பாடுகள் கலைக்களஞ்சியத்தில் இடம்பெற்றுள்ள தரவுகளின் அடிப்படையில் அமைக்கப்பட்டுள்ளன.

தமிழில் கீழ்வாய் எண்கள்

கீழ்வாய் இலக்கத்தின் எண்மதிப்பு	விகிதமுறு தசம எண்கள்	கீழ்வாய் இலக்கத்தின் பெயர்
¾ +3/16 = 15/16	= 0.9375	= முக்காலே மூன்று வீசம்
¾	= 0.75	= முக்கால்
½	= 0.5	= அரை
¼	= 0.25	= கால்

4x1/20 = 1/5	= 0.2	= நால்மா / நான்கு மா
3x1/16 = 3/16	= 0.1875	= மூன்றுவீசம் / முண்டாணி
3x1/20 = 3/20	= 0.15	= மூன்று மா
½x¼ = 1/8	= 0.125	= அரைக்கால்
2x1/20 = 1/10	= 0.1	= இரு மா
1/16	= 0.0625	= வீசம்
1/20	= 0.05	= மா
¾x1/16 = 3/64	= 0.046875	= முக்கால் வீசம்
3x1/80 = 3/80	= 0.0375	= முக்காணி
½x1/16 = 1/32	= 0.03125	= அரைவீசம்
½x1/20 = 1/40	= 0.025	= அரை மா
¼x1/16 = 1/64	= 0.015625	= கால் வீசம்
1/80	= 0.0125	= காணி
1/160+1/320 = 3/320	= 0.009375	= அரைக்காணி முந்திரி
½x1/80 = 1/160	= 0.00625	= அரைக்காணி
1/320	= 0.003125	= முந்திரி
3/1280	= 0.00234375	= கீழ் முக்கால்
1/640	= 0.0015625	= கீழ் அரை
1/1280	= 0.00078125	= கீழ்க்கால்
1/1600	= 0.000625	= கீழ் நால்மா
3/5020	= 0.000597609	= கீழ் மூன்று வீசம்
1/2560	= 0.000390625	= கீழ் அரைக்கால்
1/3200	= 0.0003125	= கீழ் இருமா
1/5120	= 0.000195312	= கீழ் மாகாணி
1/6400	= 0.00015625	= கீழ் மா

3/25600	= 0.000117187	= கீழ் முக்காணி
1/12800	= 0.000078125	= கீழ் அரைமா
1/25600	= 0.00039062	= கீழ்க்காணி
1/51200	= 0.000019531	= கீழ் அரைக்காணி
1/102400	= 0.000009765	= கீழ் முந்திரி

கணக்கதிகாரம் தரும் பின்ன இலக்க அட்டவணை

1/320 ஒன்றின் பாகம்	=	முந்திரி 1/320
2 முந்திரி	=	அரைக்காணி 1/160
2 அரைக்காணி	=	காணி 1/80
2 காணி	=	அரைமா 1/40
3 காணி	=	முக்காணி 3/80
2 அரைமா	=	மா 1/20
2 ஒரு மா	=	இரண்டு மா 1/10
3 ஒரு மா	=	மூன்று மா 3/20
2 இரண்டு மா	=	நாலுமா 1/5
5 ஒருமா	=	கால் 1/4
10 ஒருமா	=	அரை 1/2
15 ஒருமா	=	முக்கால் 3/4
20 ஒருமா	=	ஒன்று 1

நாணயப்பகுதி பின்ன எண் வகை (கணக்கதிகாரம்)

கால்வீசம்	–	1/64
அரை வீசம்	–	3/64
வீசம்	–	1/16
அரைக்கால்	–	1/8
மூன்று வீசம்	–	3/16

கால்	–	1/4
அரை	–	1/2
முக்கால்	–	3/4
ஒன்று	–	1

நாணயப்பகுதி பின்ன இலக்க அட்டவணை (கணக்கதிகாரம்)

5 முந்திரி	=	கால்வீசம்
2 கால்வீசம்	=	அரைவீசம்
3 கால்வீசம்	=	முக்கால்வீசம்
2 அரைவீசம்	=	வீசம்
2 வீசம்	=	கால்
2 கால்	=	அரை
4 கால் அல்லது 2 அரை	=	ஒன்று

முகத்தல் அளவை வாய்ப்பாடு

360 நெல்	–	1 செவிடு
5 செவிடு	–	1 ஆழாக்கு
2 ஆழாக்கு	–	1 உழக்கு
2 உழக்கு	–	1 உரி
2 உரி	–	1 நாழி
8 நாழி (படி)	–	1 குறுணி (மரக்கால்)
2 குறுணி	–	1 பதக்கு
2 பதக்கு	–	1 தூணி (காடி)
2 தூணி	–	8 குறுணி
3 தூணி	–	1 கலம்
400 குறுணி	–	1 கரிசை (பறை)
120 படி	–	1 பொதி
21 மரக்கால்	–	1 கோட்டை

நாழியோடு பிற அளவுகள்

80 காணி (பொன்னாங்காணி ?)*	–	1 நாழி
40 செவிடு	–	1 நாழி
16 பிடி	–	1 நாழி
8 ஆழாக்கு	–	1 நாழி
4 உழக்கு	–	1 நாழி
2 உரி	–	1 நாழி
4 துடம்	–	1 நாழி
1 மரக்கால்	–	6 நாழி
1 குறுணி	–	8 நாழி
1 பதக்கு	–	16 நாழி
1 தூணி	–	32 நாழி
1 கலம்	–	96 நாழி
1 கோட்டை	–	168 நாழி

இடங்கழி அளவை

4 நாழி	–	1 இடங்கழி
64 பிடி	–	1 இடங்கழி
32 ஆழாக்கு	–	1 இடங்கழி
16 உழக்கு	–	1 இடங்கழி
8 உரி	–	1 இடங்கழி
½ குறுணி	–	1 இடங்கழி
½ பதக்கு	–	1 இடங்கழி
5.36 லிட்டர்	–	1 இடங்கழி

1 படி அளவைக்குத் தானியங்களின் எண்ணிக்கை

அவரை	–	1,800
மிளகு	–	12,800

* ஈரமான பகுதிகளில் வளரும் ஒருவகைச் செடி

நெல்	–	14,400
அரிசி	–	38,000
எள்	–	1,15,000
பயறு	–	14,800

முகத்தல் அளவைக்குச் சமமான மெட்ரிக் அளவைகள்

1 செவிடு	–	33.6 மி.லி
1 ஆழாக்கு	–	168 மி.லி
1 உழக்கு	–	336 மி.லி
1 உரி	–	672 மி.லி
1 நாழி (படி)	–	1.34 லிட்டர்
1 குறுணி	–	5.37 லிட்டர்
1 பதக்கு	–	10.7 லிட்டர்
1 முக்குறுணி	–	16.1 லிட்டர்
1 தூணி	–	21.5 லிட்டர்
1 கலம்	–	64.5 லிட்டர்

நிறுத்தல் அளவை வாய்ப்பாடு

32 குன்றிமணி	–	1 வராகனெடை
10 வராகானெடை	–	1 பலம்
180 தானியமணி	–	1 தோலா அல்லது 1 ரூபாயெடை
3 தோலா	–	1 பலம்
8 பலம்	–	1 சேர்
5 சேர்	–	1 வீசை
8 வீசை	–	1 மணங்கு
20 மணங்கு	–	500 ராத்தல் அல்லது 1 பாரம் (கண்டி)
நெல்லெடை	–	1 வீசம்
2 வீசம்	–	1 பிளவு
2 பிளவு	–	1 குன்றிமணி
2 மஞ்சாடி	–	1 பண எடை

5 மஞ்சாடி	–	1 கழஞ்சு
2 கழஞ்சு	–	1 கஃசு
4 கஃசு	–	1 பலம்
2 தூக்கு	–	1 துலாம்
32 துலாம்	–	1 பாரம்
2 துலாம்	–	1 பிசு
16 மஞ்சாடி	–	1 வராகனெடை
9 வராகனெடை	–	1 ஓஞ்சை
9 ஓஞ்சை	–	1 சேர்

நிறுத்தலளவை (துலா அளவு)

1 நெல்	–	1 மா
2 மா	–	1 பிளவு
2 பிளவு	–	1 குன்றி
2 குன்றி	–	1 மஞ்சாடி
2 மஞ்சாடி	–	1 பணவெடை
10 பணவெடை	–	1 கழஞ்சு
15 கழஞ்சு	–	1 பலம்
20 பலம்	–	1 எடை
2½ எடை	–	1 நிறை
2 நிறை	–	1 துலாம்
1 காசெடை	–	165 மில்லிகிராம்
2½ காசெடை	–	1 வராகனெடை

நிறுத்தல் அளவைக்குச் சமமான மெட்ரிக் அளவைகள்

1 நெல்	–	8.33 மி.கி
1 உளுந்து (உழுந்து)	–	65 மி.கி
1 குன்றிமணி	–	130 மி.கி
1 மஞ்சாடி	–	260 மி.கி
1 மாஷம்/மாஷா	–	780 மி.கி
1 பணவெடை	–	488 மி.கி

1 வராகனெடை	–	4.2 கி (3.5 கிராம்?)
1 கழஞ்சு	–	5.1 கி (4.4 கிராம்?)
1 பலம்	–	41 கி (35 கிராம்?)
1 கஃசு/கைசா	–	10.2 கி (8 கிராம் 750 மி.லி?)
1 தோலா	–	12 கிராம்
1 ரூபாவெடை	–	12 கிராம்
1 அவுண்ஸ்	–	30 கிராம்
1 சேர்	–	280 கிராம்
1 வீசை	–	1.4 கி.கி
1 தூக்கு	–	1.750 கி.கி
1 துலாம்	–	3.5 கி.கி

கழஞ்சோடு பிற அளவுகள்

800 காணி (பொன்னாங்காணி)	–	1 கழஞ்சு
160 மா அல்லது 200 மா	–	1 கழஞ்சு
40 குன்றி	–	1 கழஞ்சு
20 மஞ்சாடி	–	1 கழஞ்சு
1 பலம்	–	8 கழஞ்சு

பலத்தோடு பிற அளவுகள்

4 கஃசு	–	1 பலம்
1 தூக்கு	–	25 பலம்
1 எடை	–	50 பலம்
1 துலாம்	–	100 பலம்
1 பாக்கம்	–	1600 பலம்
1 பொதி	–	3200 பலம்

மற்றொரு முறையில் நிறுத்தல் அளவை

1 உளுந்து	–	1 கிரெயின் (65. மி.கி)
32 குன்றி எடை	–	1 வராகனெடை

40 குன்றி எடை	–	1 கழஞ்சு
40 வராகனெடை	–	1 பலம்
3 ¾ குன்றி எடை	–	1 பணவெடை
8 குன்றி எடை	–	1 மாஷா
3 ¼ வராகனெடை	–	1 தோலா
1 தோலா	–	1 ரூபாய் எடை
3 தோலா	–	1 பலம்
8 பலம்	–	1 சேர்
1 அவுண்ஸ்	–	2 ½ தோலா
3 ரூபாய் எடை	–	1 பலம்
13 பலம்	–	1 பவுன் அல்லது ராத்தல்
24 பலம்	–	1 பக்கா சேர்
1 கிரையின் என்பது	–	½ குன்றி
1 ஸ்குரூப்ஸ் என்பது	–	10 குன்றி
1 டிராம் என்பது	–	32 குன்றி
1 அவுண்ஸ் என்பது	–	8 விராகனெடை
1 திருகடி என்பது	–	3 விராகனெடை
1 பாயிண்டு என்பது	–	160 விராகனெடை
1 காலன் என்பது	–	128 பலம்

நீட்டல் நில அளவை வாய்ப்பாடு

16 சாண்	–	1 கோல்
18 கோல்	–	1 குழி
100 குழி	–	1 மா
240 குழி	–	1 பாடகம்
20 மா	–	1 வேலி
40 மரக்கால்	–	1 புட்டி
1 குழி	–	100 சதுர அடி (144 சதுர அடி ?)
1 காணி (1.32 ஏக்கர், 24 மனை)	–	4 மா (4000 சதுர அடி = 92 சென்ட் = 0.92 ஏக்கர்) – 400 குழி

1 வேலி	–	7 காணி (6.43 ஏக்கர் = 2.6 ஹெக்டேர்)
1 பர்லாங்கு	–	220 கெசம் (660 அடி)
1 நிலம்	–	2400 சதுரஅடி – 5.5 செண்ட் – 223 சதுர மீட்டர்.

வேலியோடு பிற அளவுகள்

2000 குழி	–	1 வேலி
320 முந்திரி	–	1 வேலி
80 காணி	–	1 வேலி
20 மா	–	1 வேலி
6.17 ஏக்கர்	–	1 வேலி
5 மா	–	¼ வேலி
10 மா	–	½ வேலி

தற்கால நில அளவீடுகள்

1 செண்ட்	–	40.47 சதுர மீட்டர்
1 ஏக்கர்	–	43,560 சதுரஅடி
1 ஏக்கர்	–	40.47 ஏர்ஸ்
1 ஹெக்டேர்	–	10,000 சதுரஅடி
1 செண்ட்	–	435.6 சதுரஅடி
1 ஏர்ஸ்	–	100 சதுர மீட்டர்
1 குழி	–	144 சதுரஅடி
1 செண்ட்	–	3 குழி
3 மா	–	1 ஏக்கர்
3 குழி	–	435.6 சதுரஅடி
1 மா	–	100 குழி
1 ஏக்கர்	–	18 கிரவுண்டு
1 கிரவுண்டு	–	2400 சதுரஅடி

അളവിന്റെ സൂത്രവാക്യങ്ങൾ

എണ്ണൽ *(Numerical)* മുകത്തൽ *(Quantity)* നിറുത്തൽ *(Weight)* നീട്ടൽ *(Linear)* തുടങ്ങിയ വിസ്തൃതി അളവുകളുടെ പട്ടിക ഇതിൽ രേഖപ്പെടുത്തിയിട്ടുണ്ട്. തമിഴിലെ കീഴ്‌വായ് (താഴോട്ടുള്ള നമ്പരുകൾ) നമ്പറുകൾ, കണക്കധികാരത്തിലെ ഭിന്ന അക്കപെട്ടിക, നാണയത്തിന്റെ ഭിന്നസംഖ്യ രൂപം (കണക്കധികാരം), നാണയത്തിന്റെ ഭിന്ന അക്ക പട്ടിക (കണക്കതികാരം), മുകത്തൽ അളവ് വായ്പാട്, നാഴികൊുള്ളമാറ്റ് അളവുകൾ, ഇടങ്ങഴി അളവ്, ഒരു പടിക്ക് തുല്യമായ ധാന്യ ങ്ങളിലെ എണ്ണം, മുഖത്തൽ അളവിന് സമമായ മെട്രിക്അളവുകൾ, നിറുത്തൽ അളവ് വായ്പ്പാട്, നിറുത്തൽ അളവ് (തുലാ അളവ്), നിറുത്തൽ അളവുകൾക്ക് തുല്യമായ മെട്രിക്അളവുകൾ, കഴഞ്ചിയുടെ മറ്റ് അളവുകൾ, പലത്തിന്റെ മറ്റ് അളവുകൾ, മറ്റു രീതിയിലെ നിറുത്തൽ അളവുകൾ, നീട്ടൽ നില അളവ് വായ്പ്പാട്, വേലി ഉപയോഗിച്ചുള്ള മറ്റുഅളവുകൾ, നിലവിലുള്ള ഭൂ അളവുകൾ എന്നിവ തലക്കെട്ടുകൾക്ക് കീഴിൽ നൽകിയിരിക്കുന്നു.

തമിഴിലെ കീഴ്‌വായ് നമ്പറുകൾ

ഭിന്നസംഖ്യയുടെ മൂല്യം	ആനുപാതികമായ ഡെസിമൽ നമ്പരുകൾ	ഭിന്നസംഖ്യയുടെ പേര്
¾ +3/16 = 15/16	= 0.9375	= മുക്കാലെ മൂന്ന് വീശം
¾	= 0.75	= നാലിൽ മൂന്നു
½	= 0.5	= അര
¼	= 0.25	= കാൽ ഭാഗം
4 x1/20 = 1/5	= 0.2	= നാൽ മാ (അഞ്ചിലൊന്ന്)
3 x1/16 = 3/16	= 0.1875	= മൂന്ന് വീശം / മുണ്ടാണി
3 x1/20 = 3/20	= 0.15	= മൂന്ന് മാ
½ x ¼ = 1/8	= 0.125	= അരക്കാൽ
2 x1/20 = 1/10	= 0.1	= രണ്ട് മാ
1/16	= 0.0625	= വീശം
1/20	= 0.05	= മാ
¾ x1/16 = 3/64	= 0.046875	= മുക്കാൽ വീശം
3 x1/80 = 3/80	= 0.0375	= മുക്കാണി

½ x1/16 = 1/32	= 0.03125	= അര വീശം
½ x1/20 = 1/40	= 0.025	= അരമാ
¼ x1/16 = 1/64	= 0.015625	= കാൽ വീശം
1/80	= 0.0125	= കാണി
1/160+1/320 = 3/320	= 0.009375	= അരക്കാണി മുന്തിരി
½ x1/80 = 1/160	= 0.00625	= അരക്കാണി
1/320	= 0.003125	= മുന്തിരി
3/1280	= 0.00234375	= കീഴ് മുക്കാൽ
1/640	= 0.0015625	= കീഴ് അര
1/1280	= 0.00078125	= കീഴ് കാൽ
1/1600	= 0.000625	= കീഴ് നാൽമാ
3/5020	= 0.000597609	= കീഴ് മൂന്ന് വീശം
1/2560	= 0.000390625	= കീഴ് അരക്കാൽ
1/3200	= 0.0003125	= കീഴ് ഇരുമാ
1/5120	= 0.000195312	= കീഴ് മാക്കാണി
1/6400	= 0.00015625	= കീഴ് മാ
3/25600	= 0.000117187	= കീഴ് മുക്കാണി
1/12800	= 0.000078125	= കീഴ് അരമാ
1/25600	= 0.00039062	= കീഴ് കാണി
1/51200	= 0.000019531	= കീഴ് അരകാണി
1/102400	= 0.000009765	= കീഴ്മുന്തിരി

കണക്കതികാരത്തിലെ **ഭിന്നഅക്ക പട്ടിക**

1/320 ഒന്നിന്റെ ഭാഗം = മുന്തിരി 1/320

2 മുന്തിരി = അരൈക്കാണി 1/160

2 അരൈക്കാണി = കാണി 1/80

2 കാണി	=	അരൈമാ 1/40
3 കാണി	=	മുക്കാണി 3/80
2 അരറുമാ	=	മാ 1/20
2 ഒരു മാ	=	രണ്ട് മാ 1/10
3 ഒരു മാ	=	മൂന്ന് മാ 3/20
2 രണ്ട് മാ	=	നാല് മാ 1/5
5 ഒരു മാ	=	കാൽ ¼
10 ഒരു മാ	=	അര ½
15 ഒരു മാ	=	മുക്കാൽ ¾
20 ഒരു മാ	=	ഒന്ന് 1

നാണയത്തിന്റെ ഭിന്നസംഖ്യ രൂപം (കണക്കത്തികാരം)

കാൽ വീശം	=	1/64
അര വീശം	=	3/64
വീശം	=	1/16
അരൈകാൽ	=	1/8
മൂന്ന് വീശം	=	3/16
കാൽ	=	¼
അര	=	½
മുക്കാൽ	=	¾
ഒന്ന്	=	1

നാണയത്തിന്റെ ഭിന്നഅക്ക പട്ടിക (കണക്കതികാരം)

5 മുന്തിരി	=	കാൽ വീശം
2 കാൽ വീശം	=	അര വീശം
3 കാൽ വീശം	=	മുക്കാൽ വീശം
2 അര വീശം	=	വീശം
2 വീശം	=	കാൽ
2 കാൽ	=	അര
4 കാൽ അല്ലെങ്കിൽ 2 അര	=	ഒന്ന്

മുകത്തൽ അളവ് വായ്പാട്

360 നെല്ല്	–	1 ചെവിട്
5 ചെവിട്	–	1 ആഴാക്ക്

2 ആഴാക്ക്	–	1 ഉഴക്ക്
2 ഉഴക്ക്	–	1 ഉരി
2 ഉരി	–	1 നാഴി
8 നാഴി (പടി)	–	1 കുറുണി (മരക്കാൽ)
2 കുറുണി	–	1 പതക്ക്
2 പതക്ക്	–	1 തൂണി (കാടി)
2 തൂണി	–	8 കുറുണി
3 തൂണി	–	1 കലം
400 കുറുണി	–	1 കരിസൈ (പറ)
120 പടി	–	1 പൊതി
21 മരക്കാൽ	–	1 കോട്ട

നാഴികൊുള്ള മാറ്റ് അളവുകൾ

80 കാണി (പൊന്നാങ്ങണ്ണി)	–	1 നാഴി
40 ചെവിട്	–	1 നാഴി
16 പിടി	–	1 നാഴി
8 ആഴാക്ക്	–	1 നാഴി
4 ഉഴക്ക്	–	1 നാഴി
2 ഉരി	–	1 നാഴി
4 തുടം	–	1 നാഴി
1 മരക്കാൽ	–	6 നാഴി
1 കുറുണി	–	8 നാഴി
1 പതക്ക്	–	16 നാഴി
1 തൂണി	–	32 നാഴി
1 കലം	–	96 നാഴി
1 കോട്ട	–	168 നാഴി

ഇടങ്ങഴി അളവ്

4 നാഴി	–	1 ഇടങ്ങഴി
64 പിടി	–	1 ഇടങ്ങഴി

32 ആഴാക്ക്	–	1 ഇടങ്ങഴി
16 ഉഴക്ക്	–	1 ഇടങ്ങഴി
8 ഉരി	–	1 ഇടങ്ങഴി
½ കുറുണി	–	1 ഇടങ്ങഴി
½ പതക്ക്	–	1 ഇടങ്ങഴി
5.36 ലിറ്റർ	–	1 ഇടങ്ങഴി

ഒരു പടിക്ക് തുല്യമായ ധാന്യ ങ്ങളിലെ എണ്ണം

അവര	–	1800
മുളക്	–	12,800
നെല്ല്	–	14,400
അരി	–	38,000
എള്ള്	–	1,15,000
പയറു	–	14,800

മുഖത്തൽ അളവിന് സമമായ മെട്രിക്അളവുകൾ

1 ചെവിട്	–	33.6 മില്ലി. ലിറ്റർ
1 ആഴാക്ക്	–	168 മില്ലി. ലിറ്റർ
1 ഉഴക്ക്	–	336 മില്ലി. ലിറ്റർ
1 ഉരി	–	672 മില്ലി. ലിറ്റർ
1 നാഴി (പടി)	–	1.34 ലിറ്റർ
1 കുറുണി	–	5.37 ലിറ്റർ
1 പതക്ക്	–	10.7 ലിറ്റർ
1 മുക്കുറുണി	–	16.1 ലിറ്റർ
1 തൂണി	–	21.5 ലിറ്റർ
1 കലം	–	64.5 ലിറ്റർ

നിറുത്തൻ അളവ് വായ്പ്പാട്

32 കുന്നി മണി	–	1 വരാഹനെടൈ
10 വരാഹനെടൈ	–	1 പലം
180 ധാന്യ മണി	–	1 തോല അല്ലെങ്കിൽ 1 രൂപാ എടൈ

3 തോലാ	–	1 പലം
8 പലം	–	1 ചേർ
5 ചേർ	–	1 വീശ
8 റവീസ	–	1 മണങ്ങു
20 മണങ്ങു	–	500 രാത്തൽ അല്ലെങ്കിൽ 1 ഭാരം (കണ്ടി)
1 നെല്ലെടൈ	–	1 വീശ
2 വീശ	–	1 പിളവ്
2 പിളവ്	–	1 കുന്നി മണി
2 മഞ്ചാടി	–	1 പണഎടൈ
5 മഞ്ചാടി	–	1 കഴഞ്ചി
2 കഴഞ്ചി	–	1 കക്സ്
4 കക്സ്	–	1 പലം
2 തൂക്ക്	–	1 തുലാം
32 തുലാം	–	1 ഭാരം
2 തുലാം	–	1 വിസു
16 മഞ്ചാടി	–	1 വരാഹനെട
9 വരാഹനെടൈ	–	1 ഒഞ്ജൈ
9 ഒഞ്ജൈ	–	1 ചേർ

നിറുത്തൽ അളവ് (തുലാ അളവ്)

1 നെല്ല്	=	1 മാ
2 മാ	=	1 പിളവ്
2 പിളവ്	=	1 കുന്നി
2 കുന്നി	=	1 മഞ്ചാടി
2 മഞ്ചാടി	=	1 പണവെടൈ
10 പണവെടൈ	=	1 കഴഞ്ചി
15 കഴഞ്ചി	=	1 പലം
20 പലം	=	1 എടൈ
2½ എടൈ	=	1 നിറ
2 നിറ	=	1 തുലാം
1 കാസെടൈ	=	165 മില്ലി ഗ്രാം
2½ കാസെടൈ	=	1 വരാഹനടൈ

നിറുത്തൽ അളവിന് തുല്യമായ മെട്രിക്അളവുകൾ

1 നെല്ല്	=	8.33 മില്ലി ഗ്രാം
1 ഉഴുന്ന്	=	65 മില്ലി ഗ്രാം
1 കുന്നി മണി	=	130 മില്ലി ഗ്രാം
1 മഞ്ചാടി	=	260 മില്ലി ഗ്രാം
1 മാഷാം അല്ലെങ്കിൽ മാഷാ	=	780 മില്ലി ഗ്രാം
1 പണവെടൈ	=	488 മില്ലി ഗ്രാം
1 വരാഹനെടൈ	=	4.2 ഗ്രാം (3.5 ഗ്രാം?)
1 കഴഞ്ചി	=	5.1 ഗ്രാം (4.4 ഗ്രാം?)
1 പലം	=	41 ഗ്രാം (35 ഗ്രാം?)
1 കക്സ്അല്ലെങ്കിൽ കൈസ	=	10.2 ഗ്രാം (8 ഗ്രാം 750 മില്ലി?)
1 തോലാ	=	12 ഗ്രാം
1 രൂപാ എടൈ	=	12 ഗ്രാം
1 ഔൺസ്	=	30 ഗ്രാം
1 ചേർ	=	280 ഗ്രാം
1 വീശ	=	1.4 കിലോഗ്രാം
1 തൂക്ക്	=	1.750 കിലോഗ്രാം
1 തുലാം	=	3.5 കിലോഗ്രാം

കഴഞ്ചിയുടെ മറ്റ് അളവുകൾ

800 കാണി (പൊന്നാങ്കണ്ണി)	=	1 കഴഞ്ചി
160 മാ അല്ലെങ്കിൽ 200 മാ	=	1 കഴഞ്ചി
40 കുന്നി	=	1 കഴഞ്ചി
20 മഞ്ചാടി	=	1 കഴഞ്ചി
1 പലം	=	8 കഴഞ്ചി

പലത്തിന്റെ മറ്റ് അളവുകൾ

4 കക്സ്	=	1 പലം
1 തൂക്ക്	=	25 പലം
1 എടാ	=	50 പലം
1 തുലാം	=	100 പലം
1 പാക്കം	=	1600 പലം
1 പൊതി	=	3200 പലം

മറ്റു രീതിയിൽ നിറുത്തൽ അളവുകൾ

1 ഉഴുന്ന്	=	1 ക്രെയിൻ (65 മില്ലി ഗ്രാം)
32 കുന്നി നെടൈ	=	1 വരാഹനെടൈ
40 കുന്നി നെടൈ	=	1 കഴഞ്ചി
40 വരാഹനെടൈ	=	1 പലം
3¾ കുന്നിനെടൈ	=	1 പനവെടൈ
8 കുന്നിനെടൈ	=	1 മാഷ
3¼ വരാഹനെടൈ	=	1 തോല
1 തോല	=	1 രൂപാ എട
3 തോല	=	1 പലം
8 പലം	=	1 ചേർ
1 ഔൺസ്	=	2½ തോല
3 രൂപാ എടൈ	=	1 പലം
13 പലം	=	1 പവൻ അല്ലെങ്കിൽ രാത്തൽ
24 പലം	=	1 പക്കാ ചേർ
1 ക്രെയിൻ	=	½ കുന്നി
1 സ്ക്രൂപ്സ്	=	10 കുന്നി
1 ട്രാം	=	32 കുന്നി
1 ഔൺസ്	=	8 വരാഹനെടൈ
1 തിരുകടി	=	3 വരാഹനെടൈ
1 പോയിന്റ്	=	160 വരാഹനെടൈ
1 കാലൻ	=	128 പലം

നീട്ടൽ നില അളവ് വായ്പ്പാടു

16 ജാൻ	=	1 കോൽ
18 കോൽ	=	1 കുഴി
100 കുഴി	=	1 മാ
240 കുഴി	=	1 പാടകം
20 മാ	=	1 വേലി
40 മരക്കൽ	=	1 പുട്ടി

1 കുഴി	=	100 ചതുര അടി (144 ചതുര അടി?)
1 കാണി (1.32 ഏക്കർ, 24 മന)	=	4 മാ (40000 ചതുര അടി = 92 സെന്റ്= 0.92 ഏക്കർ) 400 കുഴി
1 വേലി	=	7 കാണി (6.43 ഏക്കർ = 2.6 ഹെക്ട്ടേർ)
1 ഫർലോങ്	=	220 കെസം (660 അടി)
1 നിലം	=	2400 ചതുര അടി - 5.5 സെൻറ് - 223 ചതുര മീറ്റർ

വേലി ഉപയോഗിച്ചുള്ള മറ്റുഅളവുകൾ

2000 കുഴി	=	1 വേലി
320 മുന്തിരി	=	1 വേലി
80 കാണി	=	1 വേലി
20 മാ	=	1 വേലി
6.17 ഏക്കർ	=	1 വേലി
5 മാ	=	¼ വേലി
10 മാ	=	½ വേലി

നിലവിലുള്ള ഭൂ അളവുകൾ

1 സെൻറ്	=	40.47 ചതുര മീറ്റർ
1 ഏക്കർ	=	43,560 ചതുര അടി
1 ഏക്കർ	=	40.47 ഏർ
1 ഹെക്ടെർ	=	10000 ചതുര അടി
1 സെൻറ്	=	435.6 ചതുര അടി
1 ഏർസ്	=	100 ചതുര മീറ്റർ
1 കുഴി	=	144 ചതുര അടി
1 സെൻറ്	=	3 കുഴി
3 മാ	=	1 ഏക്കർ
3 കുഴി	=	435.6 ചതുര അടി
1 മാ	=	100 കുഴി
1 ഏക്കർ	=	18 ഗ്രൗണ്ട്
1 കിരവുണ്ടു	=	2400 ചതുര അടി

Measurement Formulae

This Chapter contains the formulae of numerical, quantity, weight and linear measurements. They are entitle as 1. Fractions in Tamil, 2. Table of fractions in kaṇakkatikāram, 3. Table of fractions in kaṇakkatikāram - The other version 4. Table of fractions in kaṇakkatikāram - The other version, 5. Measurement of quantity, 6. Other measures with nāli, 7. Measurement of iṯaṅkaḻi, 8. Grain numbers equivalent to one nāli (or) paṭi, 9. Metric measurements equivalent to quantity, 10. Measurement of weight, 11. Measurement of weight - the other version, 12. Metric measurements equivalent to weight, 13. Other measure with kaḻañcu, 14. Other measure with palam, 15. Measurement of weight - the other version, 16. Measurement of linear (land measure), 17. Other measures with vēli, 18. Land measurements in present.

On the basis of data given in the Encyclopedia, the measurement formulae were arranged.

Fractions in Tamil

Numerical value of fractions	Proportional decimal numbers	Name of the Fractions
¾ +3/16 = 15/16	= 0.9375	= mukkālē mūṉṟu vīcam
¾	= 0.75	= mukkāl
½	= 0.5	= arai
¼	= 0.25	= kāl
4x1/20 = 1/5	= 0.2	= nālmā / nāṉkumā
3x1/16 = 3/16	= 0.1875	= mūṉṟu-vīcam /muṇṭāṇi
3x1/20 = 3/20	= 0.15	= muṉṟu-mā
½ x ¼ = 1/8	= 0.125	= araikkāl
2x1/20 = 1/10	= 0.1	= irumā
1/16	= 0.0625	= vīcam
1/20	= 0.05	= mā
¾ x1/16 = 3/64	= 0.046875	= mukkāl-vīcam
3x1/80 = 3/80	= 0.0375	= mukkāṇi

½ x1/16 = 1/32	= 0.03125	= arai-vīcam
½ x1/20 = 1/40	= 0.025	= arai-mā
¼ x1/16 = 1/64	= 0.015625	= kāl-vīcam
1/80	= 0.0125	= kāṇi
1/160+1/320 = 3/320	= 0.009375	= arai-k-kāṇi-muntiri
½ x1/80 = 1/160	= 0.00625	= arai-k-kāṇi
1/320	= 0.003125	= muntiri
3/1280	= 0.00234375	= kīl̲-mukkāl
1/640	= 0.0015625	= kīl̲-arai
1/1280	= 0.00078125	= kīl̲-k-kāl
1/1600	= 0.000625	= kīl̲-nālmā
3/5020	= 0.000597609	= kīl̲-mūn̲r̲u-vīcam
1/2560	= 0.000390625	= kīl̲-arai-k-kāl
1/3200	= 0.0003125	= kīl̲-iru-mā
1/5120	= 0.000195312	= kīl̲-mā-kāṇi
1/6400	= 0.00015625	= kīl̲-mā
3/25600	= 0.000117187	= kīl̲-mukkāṇi
1/12800	= 0.000078125	= kīl̲-arai-mā
1/25600	= 0.00039062	= kīl̲-k-kāṇi
1/51200	= 0.000019531	= kīl̲-arai-k-kāṇi
1/102400	= 0.000009765	= kīl̲-muntiri

Table of fractions in kaṇakkatikāram

1/320 on̲r̲in̲ pākam	-	muntiri 1/320
2 muntiri	-	araikkāṇi 1/160
2 araikkāṇi	-	kāṇi 1/80

2 kāṇi	-	arai mā 1/40
3 kāṇi	-	mukkāṇi 3/80
2 araimā	-	mā 1/20
2 oru mā	-	iraṇṭu mā 1/10
3 oru mā	-	mun̲r̲u mā 3/20
2 iraṇṭu mā	-	nālu mā 1/5
5 oru mā	-	kāl ¼
10 oru mā	-	arai ½
15 oru mā	-	mukkāl ¾
20 oru mā	-	on̲r̲u

Table of fractions in kaṇakkatikāram - The other version

kāl vīcam	-	1/64
arai vīcam	-	3/64
vīcam	-	1/16
araikkāl	-	1/8
mūn̲r̲u vīcam	-	3/16
kāl	-	¼
arai	-	½
mukkāl	-	¾
on̲r̲u	-	1

Table of fractions in kaṇakkatikāram - The other version

5 muntiri	-	kāl vīcam
2 kāl vīcam	-	arai vīcam
3 kāl vīcam	-	mukkāl vīcam
2 arai vīcam	-	vīcam
2 vīcam	-	kāl
2 kāl	-	arai
4 kāl (or) 2 arai	-	on̲r̲u

Measurement of Quantity

360 nel	-	1 ceviṭu
5 ceviṭu	-	1 āḻākku
2 āḻākku	-	1 uḻakku
2 uḻakku	-	1 uri
2 uri	-	1 nāḻi
8 nāḻi (paṭi)	-	1 kuṟuṇi (marakkāl)
2 kuṟuṇi	-	1 patakku
2 patakku	-	1 tūṇi (kāṭi)
2 tūṇi	-	8 kuṟuṇi
3 tūṇi	-	1 kalam
400 kuṟuṇi	-	1 karicai (paṟai)
120 paṭi	-	1 poti
21 marakkāl	-	1 kōṭṭai

Other measures with nāḻi

80 kāṇi (poṉṉāṅkāṇi ?)**	-	1 nāḻi
40 ceviṭu	-	1 nāḻi
16 piṭi	-	1 nāḻi
8 āḻākku	-	1 nāḻi
4 uḻakku	-	1 nāḻi
2 uri	-	1 nāḻi
4 tuṭam	-	1 nāḻi
1 marakkāl	-	6 nāḻi
1 kuṟuṇi	-	8 nāḻi
1 patakku	-	16 nāḻi
1 tūṇi	-	32 nāḻi
1 kalam	-	96 nāḻi
1 kōṭṭai	-	168 nāḻi

** A Plant growing in damp places

Measure of iṭaṅkaḻi

4 nāḻi	-	1 iṭaṅkaḻi
64 piṭi	-	1 iṭaṅkaḻi
32 āḻākku	-	1 iṭaṅkaḻi
16 uḻakku	-	1 iṭaṅkaḻi
8 uri	-	1 iṭaṅkaḻi
½ kuṟuṇi	-	1 iṭaṅkaḻi
½ patakku	-	1 iṭaṅkaḻi
5.36 liṭṭar	-	1 iṭaṅkaḻi

Grain numbers equivalent to 1 paṭi

avarai	=	1,800
miḷaku	=	12,800
nel	=	14,400
arici	=	38,000
eḷ	=	1,15,000
payaṟu	=	14,800

Metric measures equivalent to Quantity

1 ceviṭu	-	33.6 mi.li
1 āḻākku	-	168 mi.li
1 uḻakku	-	336 mi.li
1 uri	-	672 mi.li
1 nāḻi (paṭi)	-	1.34 liṭṭar
1 kuṟuṇi	-	5.37 liṭṭar
1 patakku	-	10.7 liṭṭar
1 mukkuṟuṇi	-	16.1 liṭṭar
1 tūṇi	-	21.5 liṭṭar
1 kalam	-	64.5 liṭṭar

Measurement of weight

32 kuṉṟimaṇi	-	1 varākaṉeṭai
10 varākaṉeṭai	-	1 palam
180 tāṉiya maṇi	-	1 tōlā allatu 1 rūpāyeṭai
3 tōlā	-	1 palam
8 palam	-	1 cēr
5 cēr	-	1 vīcai
8 vīcai	-	1 maṇaṅku
20 maṇaṅku	-	500 rāttal (or) 1 pāram (kaṇṭi)
nelleṭai	-	1 vīcam
2 vīcam	-	1 piḷavu
2 piḷavu	-	1 kuṉṟimaṇi
2 mañcāṭi	-	1 paṇa eṭai
5 mañcāṭi	-	1 kaḻañcu
2 kaḻañcu	-	1 kakcu
4 kakcu	-	1 palam
2 tūkku	-	1 tulām
32 tulām	-	1 pāram
2 tulām	-	1 picu
16 mañcāṭi	-	1 varākaṉeṭai
9 varākaṉeṭai	-	1 õñcai
9 õñcai	-	1 cēr

Measurement of weight – The other version

1 nel	-	1 mā
2 mā	-	1 piḷavu
2 piḷavu	-	1 kuṉṟi
2 kuṉṟi	-	1 mañcāṭi
2 mañcāṭi	-	1 paṇaveṭai
10 paṇaveṭai	-	1 kaḻañcu
15 kaḻañcu	-	1 palam

20 palam	-	1 eṭai
2 ½ eṭai	-	1 niṟai
2 niṟai	-	1 tulām
1 kāceṭai	-	165 milli kirām
2 ½ kāceṭai	-	1 varākaṉeṭai

Metric measures equivalent to weight

1 nel	-	8.33 mi.ki
1 uḷuntu	-	65 mi.ki
1 kuṉṟimaṇi	-	130 mi.ki
1 mañcāṭi	-	260 mi.ki
1 māṣam / māṣā	-	780 mi.ki
1 paṇaveṭai	-	488 mi.ki
1 varākaṉeṭai	-	4.2 ki (3.5 ki ?)
1 kaḻañcu	-	5.1 ki (4.4 kirām ?)
1 palam	-	41 ki (35 kirām ?)
1 kakcu / kaicā	-	10.2 ki (8 kirām 750 mi.li)
1 tōlā	-	12 kirām
1 rūpāveṭai	-	12 ki
1 avuṇs	-	30 ki
1 cēr	-	280 ki
1 vīcai	-	1.4 ki.ki
1 tūkku	-	1.750 ki.ki
1 tulām	-	3.5 ki.ki

Other measures with kaḻañcu

800 kāṇi	-	1 kaḻañcu
160 mā or 200 mā	-	1 kaḻañcu
40 kuṉṟi	-	1 kaḻañcu
20 mañcāṭi	-	1 kaḻañcu
1 palam	-	8 kaḻañcu

Other measures with palam

4 kakcu	-	1 palam
1 tūkku	-	25 palam
1 eṭai	-	50 palam
1 tulām	-	100 palam
1 pākkam	-	1600 palam
1 poti	-	3200 palam

Measurement of weight – The other version

1 uḷuntu	-	1 kireyiṉ (65 mi.ki)
32 kuṉṟi eṭai	-	1 varākaṉeṭai
40 kuṉṟi eṭai	-	1 kaḻañcu
40 varākaṉeṭai	-	1 palam
3 ¾ kuṉṟi eṭai	-	1 paṇa eṭai
8 kuṉṟi eṭai	-	1 māṣā
3 ¼ varākaṉeṭai	-	1 tōlā
1 tōlā	-	1 rūpāy eṭai
3 tōlā	-	1 palam
8 palam	-	1 cēr
1 avuṇs	-	2 ½ tōlā
3 rūpāy eṭai	-	1 palam
13 palam	-	1 pavuṉ (or) rāttal
24 palam	-	1 pakkā cēr
1 kiraiyiṉ is	-	½ kuṉṟi
1 skurūps is	-	10 kuṉṟi
1 ṭirām is	-	32 kuṉṟi
1 avuṇs is	-	8 virākaṉeṭai
1 tirukaṭi is	-	3 virākaṉeṭai
1 pāyiṇṭu is	-	160 virākaṉeṭai
1 kālaṉ is	-	128 palam

Measurement (Land) of linear

16 cāṇ	-	1 kōl
18 kōl	-	1 kuḻi
100 kuḻi	-	1 mā
240 kuḻi	-	1 pāṭakam
20 mā	-	1 vēli
40 marakkāl	-	1 puṭṭi
1 kuḻi	-	100 square feet (144 square feet ?)
1 kāṇi (1.32 Acre , 24 manai)	-	4 mā (40,000 square feet = 92 ceṉṭ =0.92 Acre) - 400 kuḻi
1 vēli	-	7 kāṇi (6.43 Acre = 2.6 hekṭēr)
1 parlāṅku	-	220 kecam (660 feet)
1 nilam	-	2400 Square feet - 5.5 ceṉṭ - 223 square meters

Other measures with vēli

2000 kuḻi	-	1 vēli
320 muntiri	-	1 vēli
80 kāṇi	-	1 vēli
20 mā	-	1 vēli
6.17 ēkkar	-	1 vēli
5 mā	-	¼ vēli
10 mā	-	½ vēli

Land measure in present

1 ceṉṭ	-	40.47 catura mīṭṭar
1 ēkkar	-	43,560 catura aṭi
1 ēkkar	-	40.47 ērs
1 hekṭēr	-	10,000 catura aṭi
1 ceṉṭ	-	435.6 catura aṭi

1 ērs	-	100 catura mīṭṭar
1 kuḻi	-	144 catura aṭi
1 ceṉṭ	-	3 kuḻi
3 mā	-	1 ēkkar
3 kuḻi	-	435.6 catura aṭi
1 mā	-	100 kuḻi
1 ēkkar	-	18 kiravuṇṭu
1 kiravuṇṭu	-	2400 catura aṭi

7

நில அளவை வாய்ப்பாடுகளும் குறியீடுகளும்

நம் முன்னோர்கள் நிலம் சார்ந்த அறிவில் மிகச் சிறந்து விளங்கியுள்ளனர் என்பதைக் கல்வெட்டு, ஓலைச்சுவடி உள்ளிட்ட ஆவணங்கள் வாயிலாக நாம் அறியமுடியும். ஒன்றின் (1) கூறுகளைக் குறிக்க வரும் முந்திரி, அரைக்காணி, காணி, முக்காணி, குழி, மா, வேலி போன்றவையும் மனை (2400 சதுர அடி ஒரு மனை), தடி போன்றவையும் (நிலம் சார்ந்தவை) கல்வெட்டு, ஓலைச்சுவடிகளில் அதிகளவில் இடம்பெறுகின்றன. நில அளவைகளில் குழி, மா, வேலி அளவைகள் முக்கியமானதாகும். இவ்வளவைகள் இன்றும் ஹெக்டேர், ஏக்கர், சென்ட் என வழங்கப்படும் நில அளவைகளோடு இணைந்து, தஞ்சை உள்ளிட்ட சில இடங்களில் வழக்கத்தில் உள்ளதாகத் தெரிகிறது.

நில அளவை வாய்ப்பாடுகளும் குறியீடுகளும் எனும் இப்பகுதியில் மா, வேலி அளவைகள் எவ்வாறு வாய்ப்பாடாக அமையும் என்பதைத் தெளியலாம். ஓர் அளவைக்குப் பல குறியீடுகள் காலம் காலமாக வழக்கத்தில் இருந்திருக்கின்றன என்பதை, இதற்கு முந்தைய பகுதிகளில் பார்த்திருப்பீர்கள். குறியீடுகள் அத்தனையும் பயன்படுத்தி வாய்ப்பாடுகள் வடிவமைக்கப்பட்டுள்ளன.

வாய்ப்பாடுகளில் முந்திரி தொடங்கி ஒருமா முக்காணி அரைக்காணி முந்திரி வரையுள்ள குறியீடுகள் கல்வெட்டு, ஓலைச்சுவடி ஆவணங்களில் எவ்வாறு இடம்பெறலாம் என்றவாறு தரப்பட்டுள்ளன. முந்திரி முதல் மா வரையிலான 16 வாய்ப்பாடுகளுக்குப் பின்னக் கணக்குகளும் கொடுக்கப் பட்டுள்ளன.

Land measurement formulae and symbols

we can understand through the documents like inscription, palm leaf manuscript that our ancestors were excelled in land based knowledge.

muntiri, araikkāṇi, mukkāṇi, kāṇi, kuḻi. mā, vēli these are denoting the element of number one, besides manai (2000sq.ft) and taṭi also could be widely seen in inscription and palm leaf manuscript. kuḻi, mā, vēli are having prominent role in land measurements. It is identified that in Tanjore and its neighbouring areas, these measurement are used along with the land measurements of Hectare, Acre and Cent.

we can learn thoroughly about the formularization of measurements like mā, vēli in this chapter. You were learnt from the previous chapter that a measurement has several symbols since ages in customarily. Formulae has designed with (the usages of) all the symbols.

It is given that how would be the symbols of muntiri to oru mā mukkāṇi araikkāṇi muntiri are featured in inscription, palm leaf manuscript and document in the formulae, fraction accounts for 16 formulae from muntiri to mā are also given.

ഭൂ അളവ് സൂത്രവാക്യങ്ങളും ചിഹ്നങ്ങളും

നമ്മുടെ പൂർവ്വികർ ഭൂമിയെ അടിസ്ഥാനമാക്കിയുള്ള അറിവിൽ മികവ് പുലർത്തിയിട്ടുണ്ടെ്ന്ന് ശിലാശാസനങ്ങൾ ഉൾപ്പെടെയുള്ള രേഖകൾ കാണിക്കുന്നു. ഒന്നിന്റെ ഘടകങ്ങളെ സൂചിപ്പിക്കാൻ മുന്തിരി, അരക്കാണി, കാണി, മുക്കാണി, കുഴി, മാ, വേലി എന്നിവയും ഭൂമി (2400 ചതുരഅടി ഒരു ഭൂമി) തടി എന്നിവയും (ഭൂമിയെ അടിസ്ഥാനമാക്കിയുള്ളവ)ശിലാശാസനം, കയ്യെഴുത്തുപ്രതികൾ എന്നിവയിൽ കൂടുതൽ കാണാൻ സാധിക്കും. ഭൂമി അളവുകളിൽ കുഴി, മാ, വേലി അളവുകൾ പ്രധാനമാണ്. ഈയളവുകൾ ഇന്നും ഹെക്ടർ, ഏക്കർ, സെന്റ് എന്നിവ തഞ്ചാവൂർ പോലുള്ള ചില സ്ഥലങ്ങളിൽ ഇന്നും പ്രാബല്യത്തിലുണ്ട്. നില അളവ്വായ്പാടുകളും ചിഹ്നങ്ങളും എന്ന ഈ ഭാഗത്തിൽ മാ, വേലി അളവുകൾ എപ്രകാരമാണ് സൂത്രവാകമ്രാകുകയെന്ന് അിറയാൻ സാധിക്കും. കാലകാലങ്ങളായി ഒരേ അളവിന് പല ചിഹ്നങ്ങൾ നിലനിന്നിരുന്നു. ചിഹ്നങ്ങളെല്ലാം ഉപയോഗപ്പെടുത്തി സൂത്രവാക്യങ്ങൾ നിർമ്മിച്ചിരുന്നു. വായ്പാടുകളിൽ മുന്തിരി തുടങ്ങി ഒരു മാ, മുക്കാണി, അക്കാണി, മുന്തിരി വരെയുള്ള ചിഹ്നങ്ങൾ, ശിലാശാസനങ്ങൾ, ഓലഗ്രന്ഥങ്ങൾ എന്നിവയിൽ എങ്ങനെയാണോ രേഖപ്പെടുത്തിയിരിക്കുന്നത് എന്ന് ഇവിടെ നൽകിയിരിക്കുന്നു. മുന്തിരി മുതൽ മാ വരെ 16 വായ്പാടുകളുടെ ഭിന്നസംഖ്യകളും സ്ഥലത്തിന്റെ അളവുകളുമായി ഇത് പതിവാണെന്ന് തോന്നുന്നു. എല്ലാ ചിഹ്നങ്ങളും ഉപയോഗിച്ചാണ് ഫോർമുലകൾ രൂപകൽപ്പന ചെയ്തിരിക്കുന്നത്.

മുന്തിരി മുതൽ ഒരുമാ, മാകാണി, അരക്കാണി, മുന്തിരി വരെയുള്ള സൂത്രവാക്യ ചിഹ്നങ്ങൾ ഒരേ രേഖകളിൽ എങ്ങനെ പ്രത്യക്ഷപ്പെടാം എന്നതിനെക്കുറിച്ചുള്ളവ നൽകിയിരിക്കുന്നു.

മുന്തിരി മുതൽ മാ വരെയുള്ള 16 സൂത്ര വാക്യങ്ങൾക്ക് തുടർന്നുള്ള ഭിന്ന കണക്കുകൾ നൽകിയിരിക്കുന്നു.

நில அளவை வாய்ப்பாடுகளும் குறியீடுகளும்

வ. எண்	நில அளவை வாய்ப்பாடுகள்	குறியீடுகள்
1	முந்திரி / മുന്തിരി / muntiri – 1/320	(குறியீடுகள்)
2	அரைக்காணி / അരക്കാണി / araikkāṇi – 1/160	(குறியீடுகள்)
3	அரைக்காணி முந்திரி / അരക്കാണി മുന്തിരി / araikkāṇimuntiri – 1/160 + 1/320 = 3/320	(குறியீடுகள்)
4	காணி / കാണി / kāṇi – 1/80	(குறியீடுகள்)
5	காணி முந்திரி / കാണി മുന്തിരി / kāṇimuntiri – 1/80 + 1/320 = 5/320	(குறியீடுகள்)

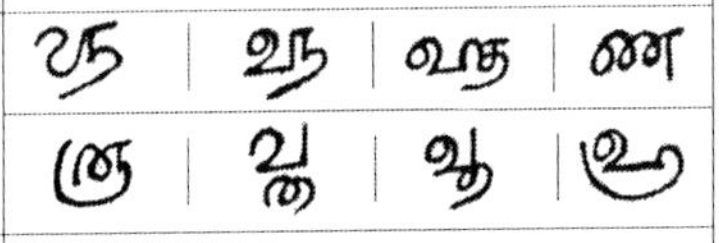

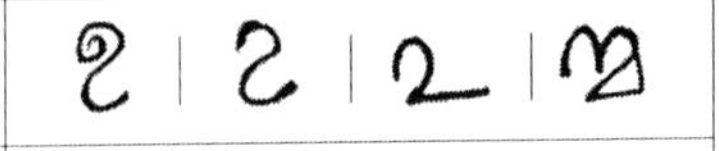

6	*காணிஅரைக்காணி*/ കാണി അരക്കാണി / kāṇi-araikkāṇi – 1/80+1/160 = 3/160	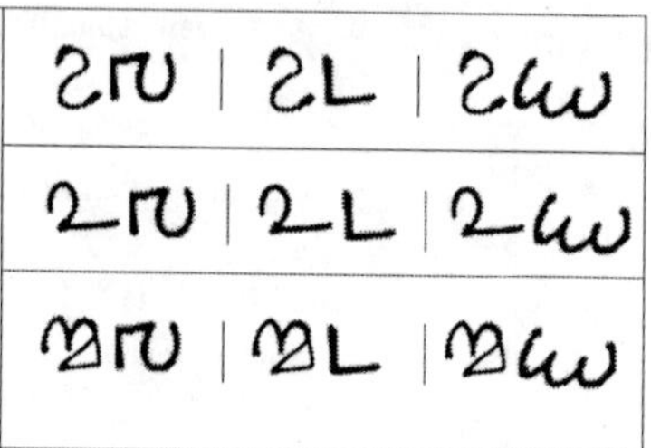
7	*காணி அரைக்காணி முந்திரி* / കാണി അരക്കാണി മുന്തിരി / *k*āṇi-araikkāṇi-muntiri – 1/80+1/160+1/320 = 7/320 (Or) 3/160+1/320 = 6+1/320 = 7/320	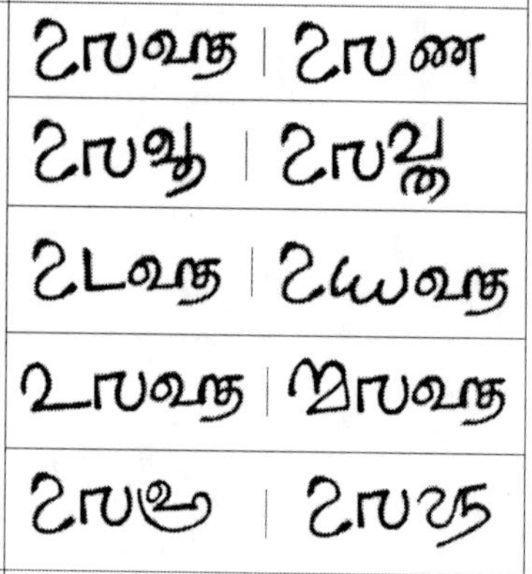
8	*அரைமா*/ അരമാ / araimā – ½ x1/20 = 1/40	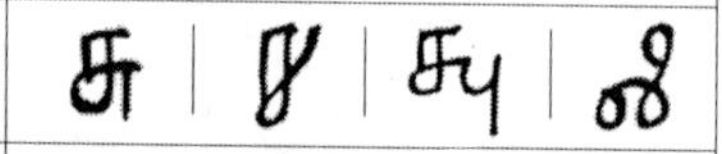
9	*அரைமா முந்திரி* / അരമാ മുന്തിരി / araimā muntiri – 1/40+1/320 = 9/320	
10	*அரைமா அரைக்காணி* / അരമാ അരക്കാണി / araimā araikkāṇi – 1/40+1/160 = 5/160 = 1/32	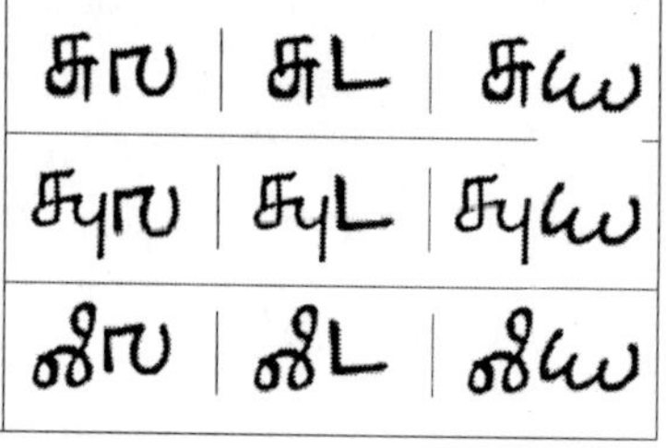

11	அரைமா அரைக்காணி முந்திரி / അരമാ അരക്കാണി മുന്തിരി / araimā raikkāṇi muntiri – 1/40+1/160+1/320 = 11/320 (Or) 1/32+1/320 = 10+1/320 = 11/320	
12	முக்காணி / മുക്കാണി / mukkāṇi – 3x1/80 = 3/80	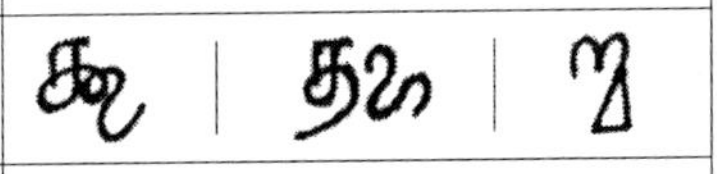
13	முக்காணி முந்திரி / മുക്കാണി മുന്തിരി / mukkāṇi muntiri – 3/80+1/320 = 13/320	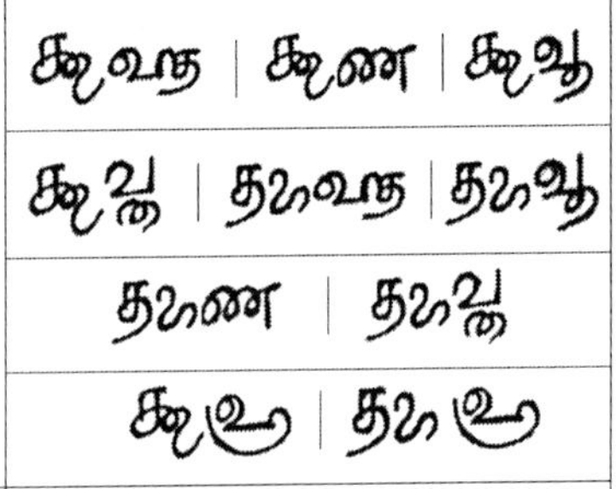
14	முக்காணி அரைக்காணி / മുക്കാണി അരക്കാണി / mukkāṇi araikkāṇi – 3/80+1/160 = 7/160	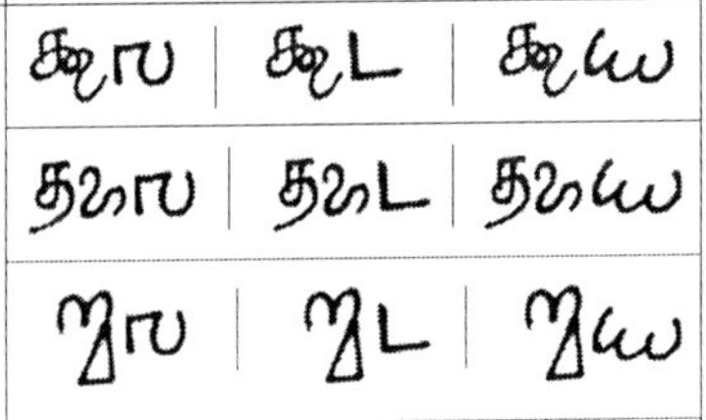
15	முக்காணி அரைக்காணி முந்திரி / മുക്കാണി അരക്കാണി മുന്തിരി / mukkāṇi araikkāṇi muntiri – 3/80+1/160+1/320 = 15/320 (Or) 7/160+1/320 = 14+1/320 = 15/320	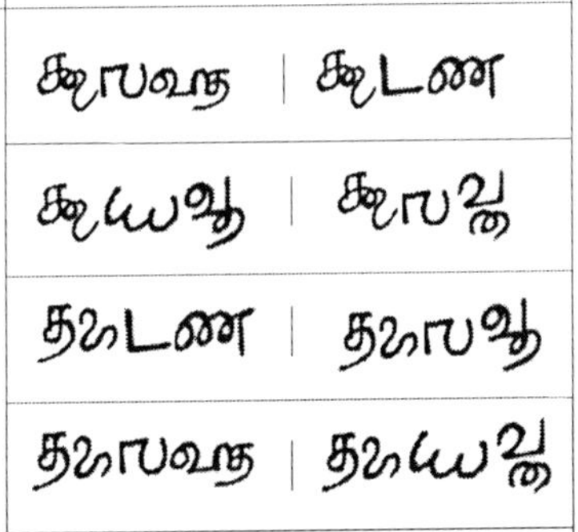
16	மா / മാ / mā – 1/20	

17	ஒரு மா முந்திரி / ഒരു മാ മുന്തിരി / oru mā muntiri	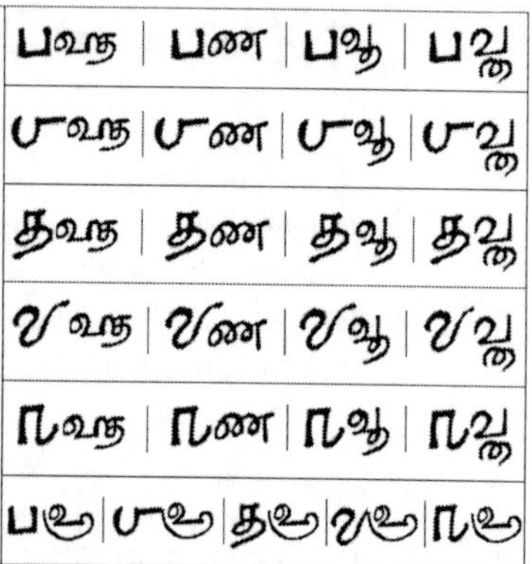
18	ஒரு மா அரைக்காணி / ഒരു മാ അരക്കാണി / oru mā araikkāṇi	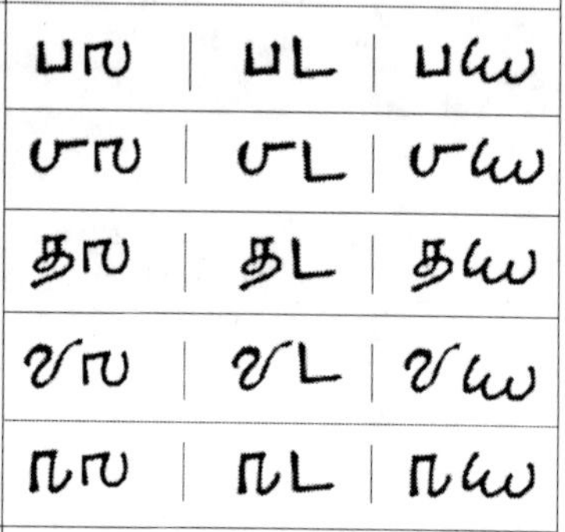
19	ஒரு மா அரைக்காணி முந்திரி / ഒരു മാ അരക്കാണി മുന്തിരി / oru mā araikkāṇi muntiri	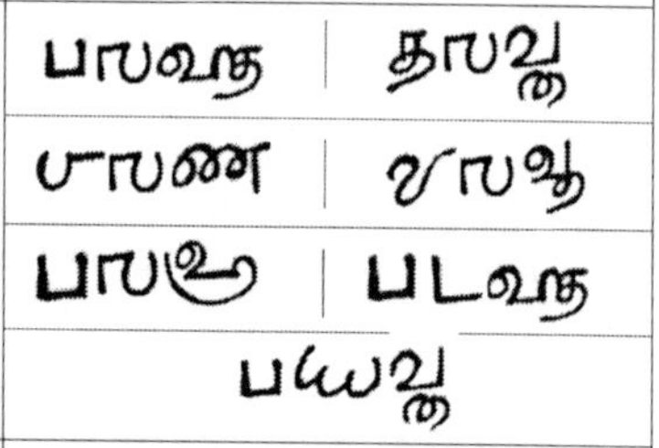
20	மாகாணி அல்லது வீசம் / മാകാണി / വീശം / mākāṇi (or) vīcam	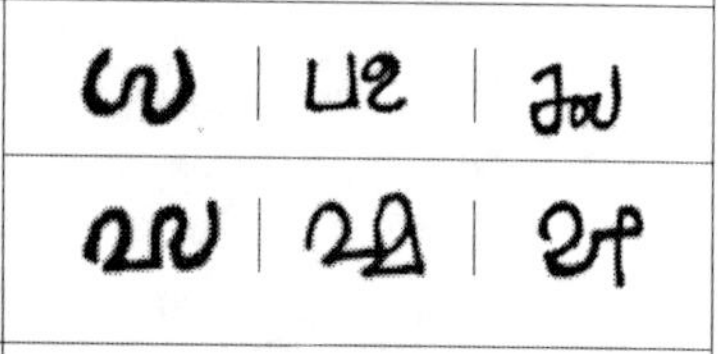
21	ஒரு மாகாணி முந்திரி / ഒരു മാകാണി മുന്തിരി / oru mākāṇi muntiri	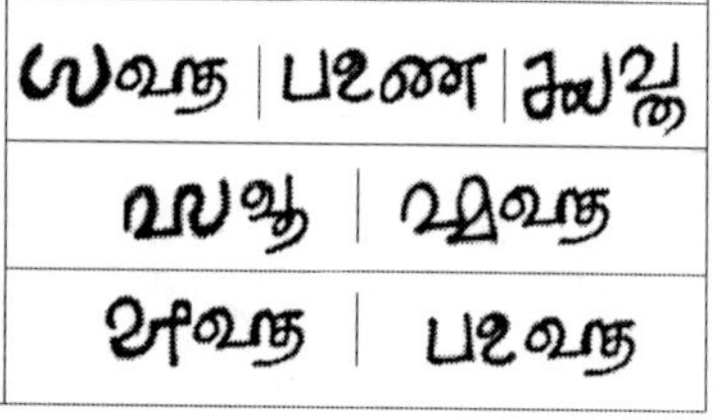

22	ஒரு மாகாணி அரைக்காணி / ഒരു മാകാണി അരക്കാണി / oru mākāṇi araikkāṇi	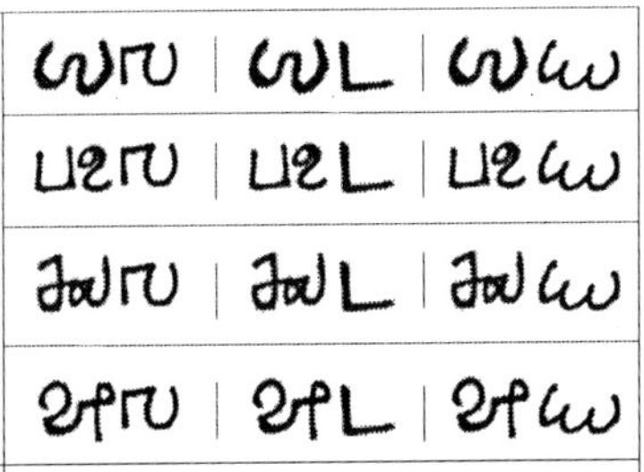
23	ஒரு மாகாணி அரைக்காணி முந்திரி / ഒരുമാകാണി അരക്കാണി മുന്തിരി / oru mākāṇi araikkāṇi muntiri	
24	ஒரு மா அரைமா / ഒരുമാ അരമാ / orumā araimā	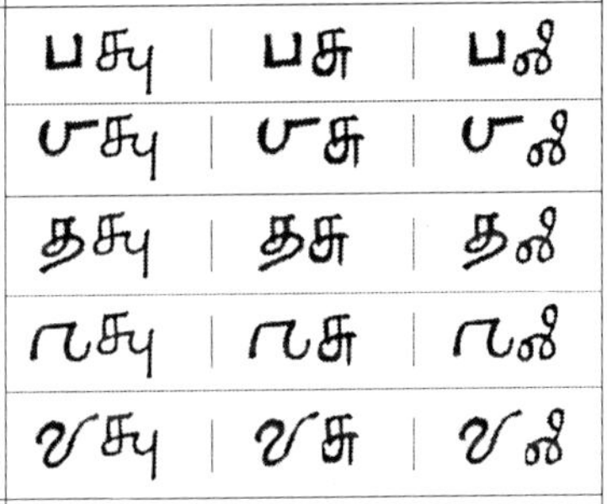
25	ஒரு மா அரைமா முந்திரி / oru mā araimā muntiri / ഒരുമാ അരമാ മുന്തിരി	
26	ஒரு மா அரைமா அரைக்காணி / ഒരു മാ അരമാ അരക്കാണി / oru mā araimā araikkāṇi	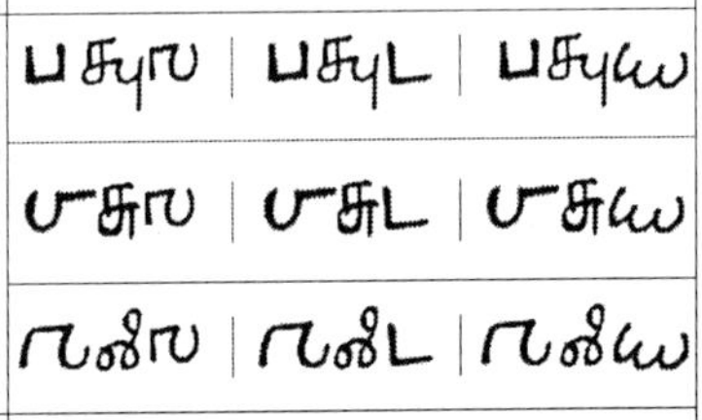
27	ஒரு மா அரைமா அரைக்காணி முந்திரி / ഒരുമാ അരമാ അരക്കാണി മുന്തിരി / oru mā araimā araikkāṇi muntiri	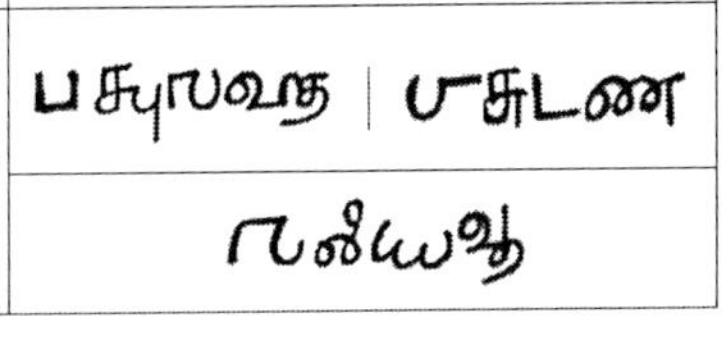

28	ஒரு மா முக்காணி / ഒരുമാ മുക്കാണി / orumā mukkāṇi	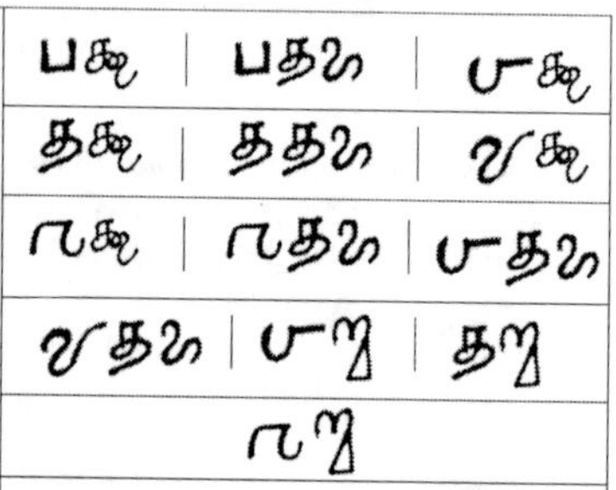
29	ஒரு மா முக்காணி முந்திரி / ഒരുമാ മുക്കാണി മുന്തിരി / orumā mukkāṇi muntiri	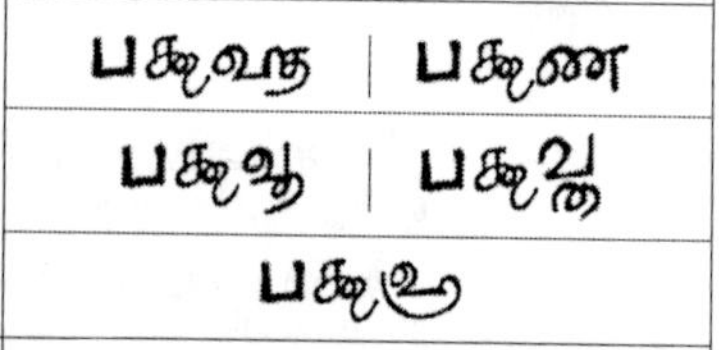
30	ஒரு மா முக்காணி அரைக்காணி / ഒരു മാ മുക്കാണി അരക്കാണി / orumā mukkāṇi araikkāṇi	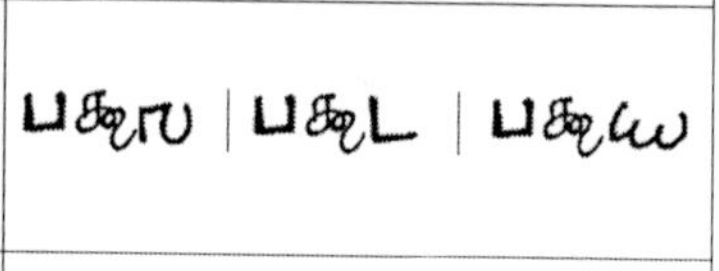
31	ஒரு மா முக்காணி அரைக்காணி முந்திரி / ഒരു മാ മുക്കാണി അരക്കാണി മുന്തിരി / orumā mukkāṇi araikkāṇi muntiri	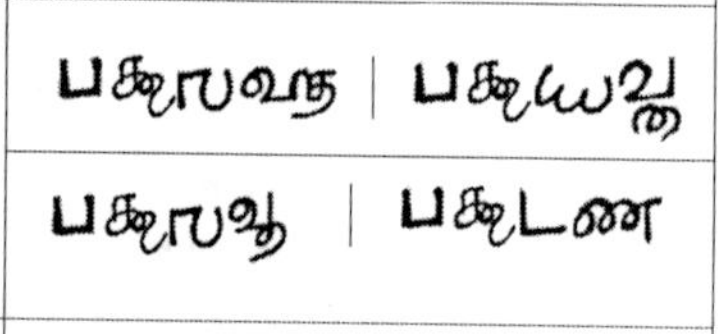
32	இருமா / ഇരുമാ / irumā	
33	இருமா முந்திரி / ഇരുമാ മുന്തിരി / irumā muntiri	
34	இருமா அரைக்காணி / ഇരുമാ അരക്കാണി / irumā araikkāṇi	
35	இருமா அரைக்காணி முந்திரி / ഇരുമാ അരക്കാണി മുന്തിരി / irumā araikkāṇi muntiri	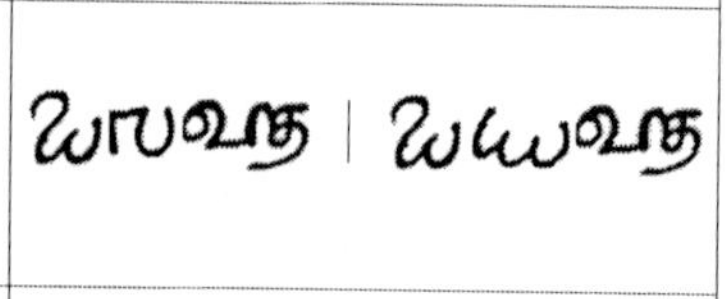
36	இருமா காணி / ഇരുമാ കാണി / irumā kāṇi	
37	இருமா காணி முந்திரி / ഇരുമാ കാണി മുന്തിരി / irumā kāṇi muntiri	

38	இருமா காணி அரைக்காணி / ഇരുമാ കാണി അരക്കാണി / irumā kāṇi araikkāṇi	
39	இருமா காணி அரைக்காணி முந்திரி / ഇരുമാ കാണി അരക്കാണി മുന്തിരി / irumā kāṇi araikkāṇi muntiri	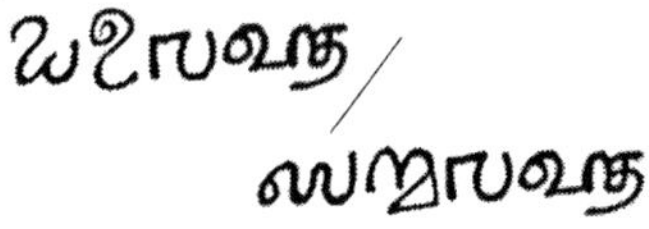
40	இருமா அரைமா (அரைக்கால்) / ഇരുമാ അരമാ (അരക്കാൽ) / irumā araimā (araikkāl)	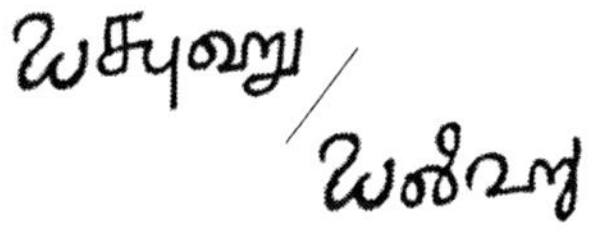
41	இருமா அரைமா முந்திரி / ഇരുമാ അരമാ മുന്തിരി / irumā araimā muntiri	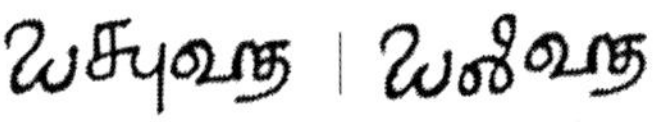
		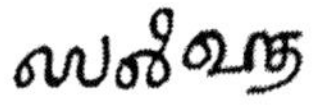
42	இருமா அரைமா அரைக்காணி / ഇരുമാ അരമാ അരക്കാണി / irumā araimā araikkāṇi	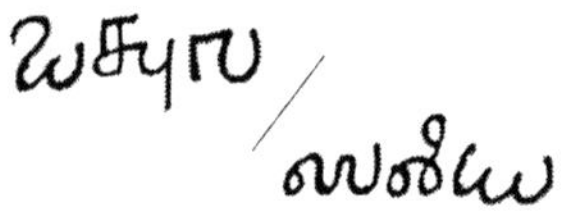
43	இருமா அரைமா அரைக்காணி முந்திரி / ഇരുമാ അരമാ അരക്കാണി മുന്തിരി / irumā araimā araikkāṇi muntiri	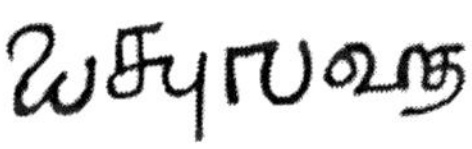
44	இருமா முக்காணி / ഇരുമാ മുക്കാണി / irumā mukkāṇi	
45	இருமா முக்காணி முந்திரி / ഇരുമാ മുക്കാണി മുന്തിരി / irumā mukkāṇi muntiri	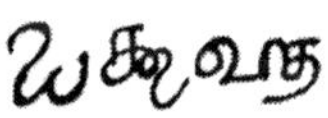
46	இருமா முக்காணி அரைக்காணி / ഇരുമാ മുക്കാണി അരക്കാണി/ irumā mukkāṇi araikkāṇi	
47	இருமா முக்காணி அரைக்காணி முந்திரி / ഇരുമാ മുക്കാണി അരക്കാണി മുന്തിരി/ irumā mukkāṇi araikkāṇi muntiri	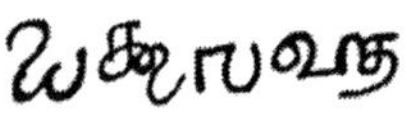

48	மும்மா / മുമ്മാ (മുന്നുമാ)/ mummā	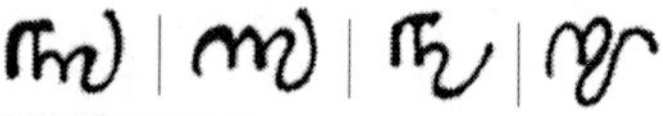 
49	மும்மா முந்திரி / മുമ്മാ മുന്തിരി / mummā muntiri	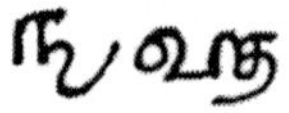
50	மும்மா அரைக்காணி / മുമ്മാ അരക്കാണി / mummā araikkāṇi	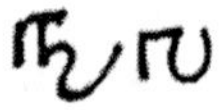
51	மும்மா அரைக்காணி முந்திரி / മുമ്മാ അരക്കാണി മുന്തിരി / mummā araikkāṇi muntiri	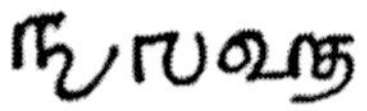
52	மும்மா காணி/ മുമ്മാ കാണി / mummā kāṇi	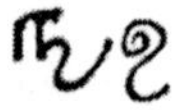
53	மும்மா காணி முந்திரி / മുമ്മാ കാണി മുന്തിരി/ mummā kāṇi muntiri	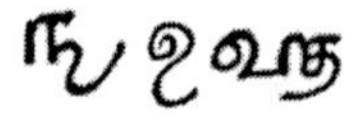
54	மும்மா காணி அரைக்காணி / മുമ്മാ കാണി അരക്കാണി/ mummā kāṇi araikkāṇi	
55	மும்மா காணி அரைக்காணி முந்திரி / മുമ്മാ കാണി അരക്കാണി മുന്തിരി / mummā kāṇi araikkāṇi muntiri	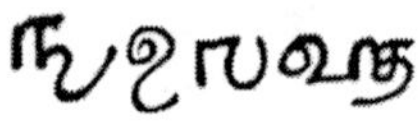
56	மும்மா அரைமா (அரைக்கால்) / മുമ്മാ അരമാ (അരക്കാൽ) / mummā araimā (araikkāl)	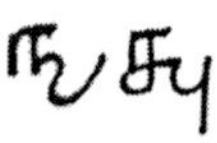
57	மும்மா அரைமா முந்திரி / മുമ്മാ അരമാ മുന്തിരി / mummā araimā muntiri	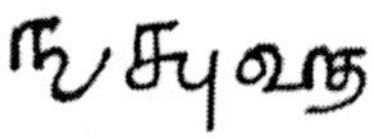
58	மும்மா அரைமா அரைக்காணி / മുമ്മാ അരമാ അരക്കാണി / mummā araimā araikkāṇi	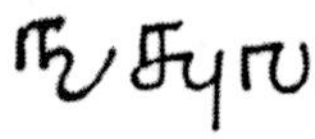
59	மும்மா அரைமா அரைக்காணி முந்திரி / മുമ്മാ അരമാ അരക്കാണി മുന്തിരി / mummā araimā araikkāṇi muntiri	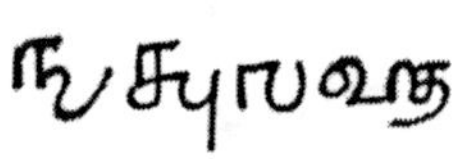

60	மும்மா முக்காணி / മുമ്മാ മുക്കാണി / mummā mukkāṇi	
61	மும்மா முக்காணி முந்திரி / മുമ്മാ മുക്കാണി മുന്തിരി / mummā mukkāṇi muntiri	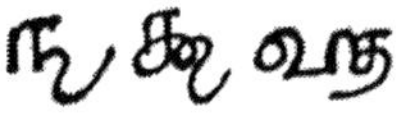
62	மும்மா முக்காணி அரைக்காணி / മുമ്മാ മുക്കാണി അരക്കാണി / mummā mukkāṇi araikkāṇi	
63	மும்மா முக்காணி அரைக்காணி முந்திரி / മുമ്മാ മുക്കാണി അരക്കാണി മുന്തിരി / mummā mukkāṇi araikkāṇi muntiri	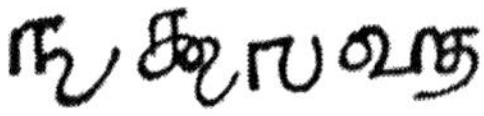
64	நான்குமா / നാലുമാ / nāṉkumā	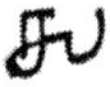   
65	நான்குமா முந்திரி / നാലുമാ മുന്തിരി / nāṉku mā muntiri	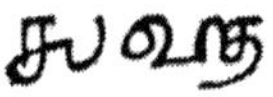
66	நான்குமா அரைக்காணி / നാലുമാ അരക്കാണി / nāṉku mā araikkāṇi	
67	நான்குமா அரைக்காணி முந்திரி / നാലുമാ അരക്കാണി മുന്തിരി / nāṉku mā araikkāṇi muntiri	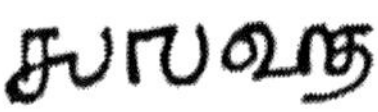
68	நான்குமா காணி / നാലുമാ കാണി / nāṉku mā kāṇi	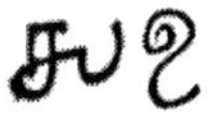
69	நான்குமா காணி முந்திரி / നാലുമാ കാണി മുന്തിരി / nāṉku mākāṇi muntiri	
70	நான்குமா காணி அரைக்காணி / നാലുമാ കാണി അരക്കാണി / nāṉku mākāṇi araikkāṇi	

71	நான்குமா காணி அரைக்காணி முந்திரி / നാലുമാ കാണി അരക്കാണി മുന്തിരി / nāṉku mākāṇi araikkāṇi muntiri	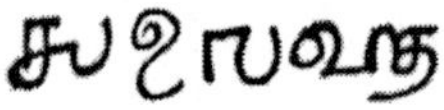
72	நான்குமா அரைமா (அரைக்கால்) / നാലുമാ അരമാ/ nāṉku mā araimā (araikkāl)	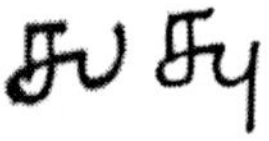
73	நான்குமா அரைமா முந்திரி / നാലുമാ അരമാ മുന്തിരി / nāṉku mā araimā muntiri	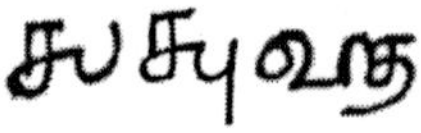
74	நான்குமா அரைமா அரைக்காணி / നാലുമാ അരമാ അരക്കാണി/ nāṉku mā araimā araikkāṇi	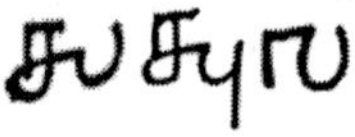
75	நான்குமா அரைமா அரைக்காணி முந்திரி / നാലുമാ അരമാ അരക്കാണി മുന്തിരി / nāṉku mā araimā araikkāṇi muntiri	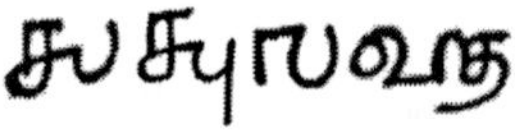
76	நான்குமா முக்காணி / നാലുമാ മുക്കാണി / nāṉku mā mukkāṇi	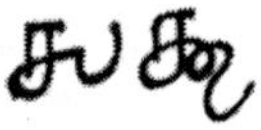
77	நான்குமா முக்காணி முந்திரி / നാലുമാ മുക്കാണി മുന്തിരി/ nāṉku mā mukkāṇi muntiri	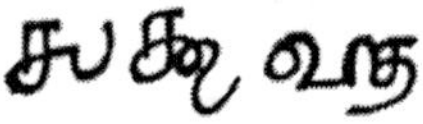
78	நான்குமா முக்காணி அரைக்காணி / നാലുമാ മുക്കാണി അരക്കാണി / nāṉku mā mukkāṇi araikkāṇi	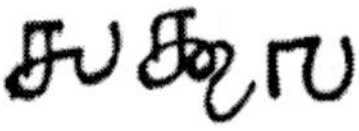
79	நான்குமா முக்காணி அரைக்காணி முந்திரி / നാലുമാ മുക്കാണി അരക്കാണി മുന്തിരി / nāṉku mā mukkāṇi araikkāṇi muntiri	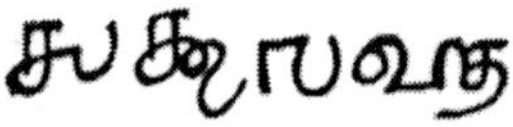
80	ஐந்துமா (கால்)* / അഞ്ചുമാ (കാൽ ഭാഗം ¼) / aintu mā (Quarter ¼)	

* ஒரு குறியீட்டையும் மற்றொரு குறியீட்டையும் இணைத்து புதியக் குறியீட்டினை உருவாக்கும் வழக்கம் இருந்துள்ளது. 'மா' என்ற அளவிற்கான குறியீடு ப என்பதாகும். இதனை இரண்டு ௨, மூன்று ௩, நான்கு ௪ ஆகிய எண் களுக்கான குறியீட்டுடன் இணைத்து இரண்டுமா ௨ப, மூன்றுமா ௩ப, நான்கு மா ௪ப போன்ற குறியீடுகளை உருவாக்கியுள்ளனர்.

5 மா என்பது கால்வேலி என்ற அளவாகும். எனவே 5 மா என்பதற்குக் காலுக்குரிய குறியீடாகிய வ என்பதைக் குறிப்பிடுவர். ஐந்துக்கு மேல் வரும் 'மா'வின் எண்ணிக்கையைக் குறிப்பிட கால் எண்ணுக்குரிய குறியீட்டுடன் தேவைக்கேற்ப மாவிற்கான குறியீட்டையும் இணைத்துள்ளனர் (எ–டு: வ + ௪ப = 9 மா).

10 மா என்பது அரை வேலி என்ற அளவினைக் குறிக்கும். எனவே 10 மாவிற்கு ஒ என்ற அரையிற்கான குறியீட்டைப் பயன்படுத்தியுள்ளனர். பத்துமாவிற்குக் கூடுதலாக வரும் 'மா'வின் எண்ணிக்கையினைக் குறிப்பிட 'அரை' என்ற அளவிற்கான குறியீட்டுடன் தேவையான மாவிற்கான குறியீட்டையும் இணைத்துள்ளனர் (எ–டு: ஒ+௩ப= 13 மா).

15 மா என்பது முக்கால் வேலி என்பதற்கு இணையானதாகும். எனவே 15 மாவிற்கு ஙு என்ற குறியீடு வழக்கத்தில் இருந்துள்ளது. பதினைந்து மாவிற்கு மேற்பட்ட மாவின் எண்ணிக்கையினைக் குறிப்பிட முக்காலுக்குரிய குறியீட்டினை இணைத்துத் தருவர் (எ–டு ஙு + ௨ப = 17 மா).

மேற்கூறிய அமைப்பில் மட்டுமில்லாமல் அதிகப்படியான 'மா'வின் அளவினைச் சுட்ட குறிப்பிட்ட எண்கள் குறியீட்டுடன் 'மா'வின் குறியீட்டை இணைத்துச் சுட்டியுள்ளதைக் கல்வெட்டுக்களில் காணலாம்.

(எ–டு சா ப (6 மா), கூ ப (9 மா)

௨ ௰ ப (20 மா), ௨ அ ப (28 மா)

(முனைவர் சு.சிவா, கல்வெட்டுக்களில் அளவைக் குறியீடுகள், பக். 40 – 41).

* ഒരു പുതിയ ചിഹ്നം സൃഷ്ടിക്കുന്നതിന് ഒരു ചിഹ്നം മറ്റൊന്നുമായി സംയോജിപ്പിക്കുന്നത് പതിവാണ്. മാ എന്ന അളവിന്റെ ചിഹ്നം ப ആണ്.'മാ' വലുപ്പത്തിനുള്ള ചിഹ്നം. രണ്ട് ௨, മൂന്ന് ௩, നാല് ௪ അക്കങ്ങളുടെ ചിഹ്ന മായി ഇത് സംയോജിപ്പിച്ച് രണ്ട്'മാ ௨ப, മൂന്ന്'മാ ௩ப, നാല് 'മാ' ௪ப പോലുള്ള ചിഹ്നങ്ങൾ സൃഷ്ടിക്കുന്നു.

5 മാ'എന്നത് ഒരു കാൽ വേലിയുടെ വലുപ്പമാണ്. അതിനാൽ '5 മാ'യുടെ കാൽ ഭാഗത്തിന്റെ ചിഹ്നം വ ആണ്. അഞ്ചിൽ കൂടുതലുള്ളമായുടെ എണ്ണം സൂചിപ്പിക്കുന്നതിന്കാൽ ഭാഗത്തിന്റെ ചിഹ്നത്തിനൊപ്പം "മാ" എന്ന ചിഹ്നം ആവശ്യാനുസരണം കൂട്ടിച്ചേർത്തു. (ഉദാഹരണം: வ + ௪ப = 9 മാ).

10 മാ'എന്നത് പകുതി വേലിയുടെ വലിപ്പത്തെ സൂചിപ്പിക്കുന്നു. അതിനാൽ 10 മാവിനായി ஒ എന്ന പകുതി ഭാഗത്തിന്റെ ചിഹ്നം ഉപയോഗിച്ചു. ആവശ്യമായ തുകയുടെ ചിഹ്നം പകുതി സൂചികയുമായി സംയോജിപ്പിച്ച് 10 മായക്ക്പുറമേ വരുന്ന മായുടെ എണ്ണം സൂചിപ്പിക്കുന്നു. (ഉദാഹരണം: ஒ+௩ப = 13 മാ).

15 മാ എന്നത് ഒരു വേലിയുടെ മുക്കാൽഭാഗത്തിന് തുല്യമാണ്. അതിനാൽ 15 മാ എന്നതിനുള്ള ചിഹ്നം പതിവാണ്. 15 മായ്ക്ക് മുകളിലുള്ള മായുടെ എണ്ണം സൂചിപ്പിക്കുന്നതിന് ചിഹ്നങ്ങകളുടെ മുക്കാൽ ഭാഗവും ഘടിപ്പിച്ചിരിക്കുന്നു (ഉദാഹരണം: + = 17 മാ).

മുകളിലുള്ള സമ്പ്രദായത്തിൽ മാത്രമല്ല, ലിഖിതങ്ങളിലും അധിക മായ്ക്ക് അളവ് സൂചിപ്പിക്കുന്ന നിർദ്ദിഷ്ടസംഖ്യകൾ മാവിന്റെ അളവിനെ സൂചിപ്പിക്കാന് നിർദ്ധിഷ്ട സംഖ്യ സൂചിക ഉപയോഗിച്ചു മാവിന്റെ ചിഹ്നംഡ്സ യാജിപ്പിച്ചതിനെ ചുറ്റുമുള്ളതുമായ ലിഖിതങ്ങളില് നിങ്ങള്ക്ക് കാണാൻ കഴിയും.

(ഉദാഹരണം: (6 മാ) (9 മാ),

(20മാ) (28മാ) _

(Dr. S.ശിവാ_കൽപ്പടവുകളിൽ അളവ് കുറിയിടുകൽ പേജ് 40- 41).

* It is norm that combination of one symbol with other certainly creates a new symbol. is the symbol for the measure of 'ma'. Two ma , three ma , four ma symbols are formed when combined with symbols of numbers two , three four

5 mā is the measure of a quarter (1/4) vēli . So 5 is the number for mā refers to the symbol . Indicates the number of mā's, that go above the number five, Tamil has attached the symbol for the mā as required along with the quarter 1/4 symbol. (ex. + = 9 mā)

10 mā is the measure of a half (1/2) vēli . So 10 is the number for mā refers to the symbol . Indicates the number of mā's, that go above the number ten, Tamil has attached the symbol for the mā as required along with the half 1/2 symbol. (ex. + = 13 mā)

15 mā is the measure of a three quarter (3/4) vēli . So 15 is the number for mā refers to the symbol . Indicates the number of mā's, that go above the number fifteen, Tamil has attached the symbol for the mā as required along with the quater 3/4 symbol. (ex. + = 17 mā)

Not only in the above system but also in the amount of excess 'ma',You can see in the inscriptions that the number symbol is linked to the symbol 'mā'.
Example:

6 mā, 9 mā,

20 mā , 28 mā

(kalveṭṭukkaḷil aḷavaikkuṟiyīṭukaḷ Dr.S.Siva, page.no 40-41).

81	ஐந்துமா முந்திரி / അഞ്ചുമാ മുന്തിരി / aintu mā muntiri	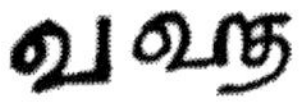
82	ஐந்துமா அரைக்காணி / അഞ്ചുമാ അരക്കാണി / aintu mā araikkāṇi	
83	ஐந்துமா அரைக்காணி முந்திரி/ അഞ്ചുമാ അരക്കാണി മുന്തിരി / aintumā araikkāṇi muntiri	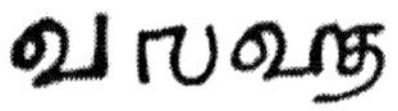
84	ஐந்துமா காணி / അഞ്ചുമാ കാണി / aintu mākāṇi	
85	ஐந்துமா காணி முந்திரி / അഞ്ചുമാ കാണി മുന്തിരി/ aintu mākāṇi muntiri	
86	ஐந்துமா காணி அரைக்காணி / അഞ്ചുമാ കാണി അരക്കാണി/ aintu mākāṇi araikkāṇi	
87	ஐந்துமா காணி அரைக்காணி முந்திரி / അഞ്ചുമാ കാണി അരക്കാണി മുന്തിരി / aintu mā kāṇi araikkāṇi muntiri	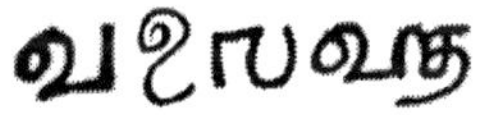
88	ஐந்துமா அரைமா / അഞ്ചുമാ അരമാ / aintu mā araimā	
89	ஐந்துமா அரைமா முந்திரி / അഞ്ചുമാ അരമാ മുന്തിരി / aintu mā araimā muntiri	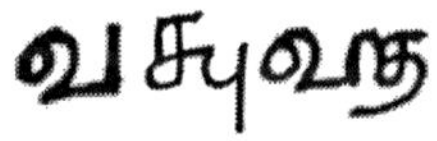
90	ஐந்துமா அரைமா அரைக்காணி / അഞ്ചുമാ അരമാ അരക്കാണി / aintu mā araimā araikkāṇi	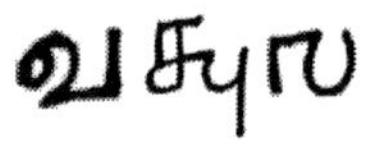
91	ஐந்துமா அரைமா அரைக்காணி முந்திரி / അഞ്ചുമാ അരമാ അരക്കാണി മുന്തിരി / aintu mā araimā araikkāṇi muntiri	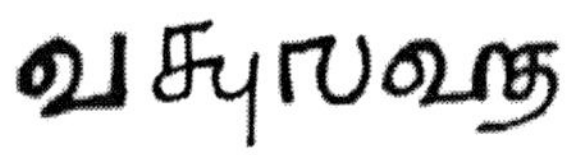

92	ஐந்துமா முக்காணி / அஞ்சுமா முக்காணி / aintu mā mukkāṇi	வகூ
93	ஐந்துமா முக்காணி முந்திரி / அஞ்சுமா முக்காணி முந்திரி/ aintu mā mukkāṇi muntiri	வகூவத
94	ஐந்துமா முக்காணி அரைக்காணி / அஞ்சுமா முக்காணி அரக்காணி / aintu mā mukkāṇi araikkāṇi	வகூய
95	ஐந்துமா முக்காணி அரைக்காணி முந்திரி / அஞ்சுமா முக்காணி அரக்காணி முந்திரி / aintu mā mukkāṇi araikkāṇi muntiri	வகூயவத
96	ஆறு மா / ஆற்மா / āṟu mā	வப
97	ஆறுமா முந்திரி / ஆற்மா முந்திரி / āṟu mā muntiri	வபவத
98	ஆறுமா அரைக்காணி / ஆற்மா அரக்காணி / āṟu mā araikkāṇi	வபய
99	ஆறுமா அரைக்காணி முந்திரி / ஆற்மா அரக்காணி முந்திரி / āṟu mā araikkāṇi muntiri	வபயவத
100	ஆறுமா காணி / ஆற்மா காணி / āṟu mākāṇi	வபஉ
101	ஆறுமா காணி முந்திரி / ஆற்மா காணி முந்திரி / āṟu mākāṇi muntiri	வபஉவத
102	ஆறுமா காணி அரைக்காணி / ஆற்மா காணி அரக்காணி/ āṟu mākāṇi araikkāṇi	வபஉய
103	ஆறுமா காணி அரைக்காணி முந்திரி / ஆற்மா காணி அரக்காணி முந்திரி / āṟu mākāṇi araikkāṇi muntiri	வபயயவத

104	ஆறுமா அரைமா / ആറ്മാ അരമാ / āṟu mā araimā	
105	ஆறுமா அரைமா முந்திரி / ആറ്മാ അരമാ മുന്തിരി / āṟu mā araimā muntiri	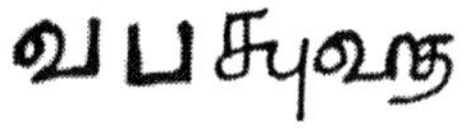
106	ஆறுமா அரைமா அரைக்காணி / ആറ്മാ അരമാ അരക്കാണി / āṟu mā araimā araikkāṇi	
107	ஆறுமா அரைமா அரைக்காணி முந்திரி / ആറ്മാ അരമാ അരക്കാണി മുന്തിരി / āṟu mā araimā araikkāṇi muntiri	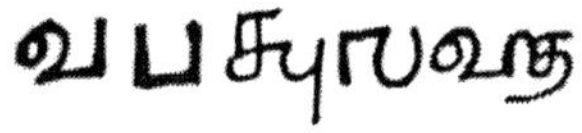
108	ஆறுமா முக்காணி / ആറ്മാ മുക്കാണി / āṟu mā mukkāṇi	
109	ஆறுமா முக்காணி முந்திரி / ആറ്മാ മുക്കാണി മുന്തിരി / āṟu mā mukkāṇi muntiri	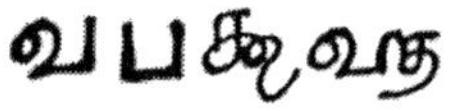
110	ஆறுமா முக்காணி அரைக்காணி / ആറ്മാ മുക്കാണി അരക്കാണി / āṟu mā mukkāṇi araikkāṇi	
111	ஆறுமா முக்காணி அரைக்காணி முந்திரி / ആറ്മാ മുക്കാണി അരക്കാണി മുന്തിരി / āṟu mā mukkāṇi araikkāṇi muntiri	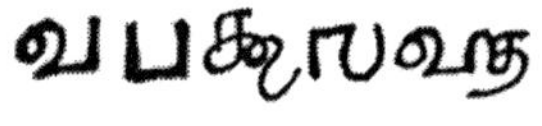
112	ஏழுமா / ഏഴുമാ / ēḻu mā	
113	ஏழுமா முந்திரி / ഏഴുമാ മുന്തിരി / ēḻu mā muntiri	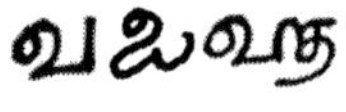
114	ஏழுமா அரைக்காணி / ഏഴുമാ അരക്കാണി / ēḻu mā araikkāṇi	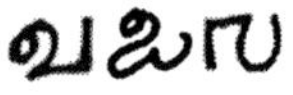
115	ஏழுமா அரைக்காணி முந்திரி / ഏഴുമാ അരക്കാണി മുന്തിരി / ēḻu mā araikkāṇi muntiri	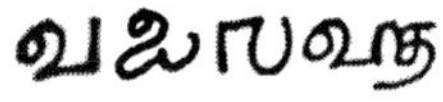

116	ஏழுமா காணி / ഏഴുമാ കാണി / ē<u>l</u>u mākāṇi	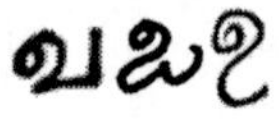
117	ஏழுமா காணி முந்திரி / ഏഴുമാ കാണി മുന്തിരി / ē<u>l</u>u mākāṇi muntiri	
118	ஏழுமா காணி அரைக்காணி / ഏഴുമാ കാണി അരക്കാണി / ē<u>l</u>u mā kāṇi araikkāṇi	
119	ஏழுமா காணி அரைக்காணி முந்திரி / ഏഴുമാ കാണി അരക്കാണി മുന്തിരി / ē<u>l</u>u mā kāṇi araikkāṇi muntiri	
120	ஏழுமா அரைமா / ഏഴുമാ അരമാ / ē<u>l</u>u mā araimā	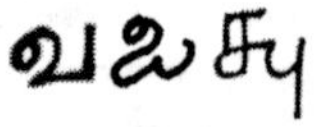
121	ஏழுமா அரைமா முந்திரி / ഏഴുമാ അരമാ മുന്തിരി / ē<u>l</u>u mā araimā muntiri	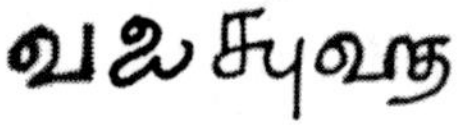
122	ஏழுமா அரைமா அரைக்காணி / ഏഴുമാ അരമാ അരക്കാണി / ē<u>l</u>u mā araimā araikkāṇi	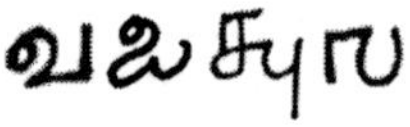
123	ஏழுமா அரைமா அரைக்காணி முந்திரி / ഏഴുമാ അരമാ അരക്കാണി മുന്തിരി / ē<u>l</u>u mā araimā araikkāṇi muntiri	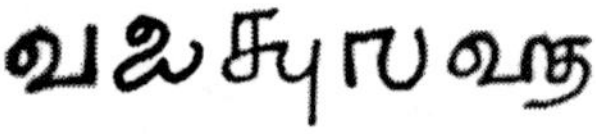
124	ஏழுமா முக்காணி / ഏഴുമാ മുക്കാണി / ē<u>l</u>u mā mukkāṇi	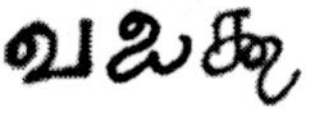
125	ஏழுமா முக்காணி முந்திரி / ഏഴുമാ മുക്കാണി മുന്തിരി / ē<u>l</u>u mā mukkāṇi muntiri	
126	ஏழுமா முக்காணி அரைக்காணி / ഏഴുമാ മുക്കാണി അരക്കാണി / ē<u>l</u>u mā mukkāṇi araikkāṇi	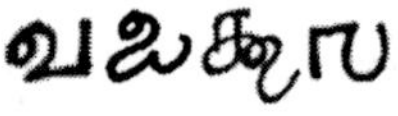

127	ஏழுமா முக்காணி அரைக்காணி முந்திரி / ഏഴുമാ മുക്കാണി അരക്കാണി മുന്തിരി / ēḻu mā mukkāṇi araikkāṇi muntiri	
128	எட்டுமா / എട്ടുമാ / eṭṭu mā	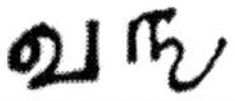
129	எட்டுமா முந்திரி / എട്ടുമാ മുന്തിരി / eṭṭu mā muntiri	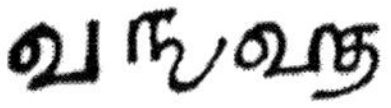
130	எட்டுமா அரைக்காணி / എട്ടുമാ അരക്കാണി / eṭṭu mā araikkāṇi	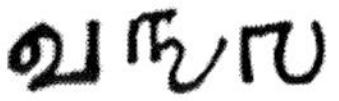
131	எட்டுமா அரைக்காணி முந்திரி / എട്ടുമാ അരക്കാണി മുന്തിരി / eṭṭu mā araikkāṇi muntiri	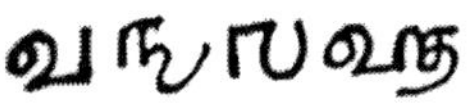
132	எட்டுமா காணி / എട്ടുമാ കാണി / eṭṭu mā kāṇi	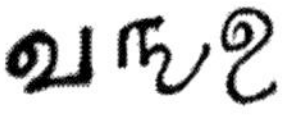
133	எட்டுமா காணி முந்திரி / എട്ടുമാ കാണി മുന്തിരി / eṭṭu mākāṇi muntiri	
134	எட்டுமா காணி அரைக்காணி / എട്ടുമാ കാണി അരക്കാണി / eṭṭu mākāṇi araikkāṇi	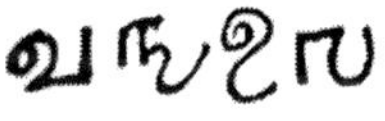
135	எட்டுமா காணி அரைக்காணி முந்திரி / എട്ടുമാ കാണി അരക്കാണി മുന്തിരി / eṭṭu mākāṇi araikkāṇi muntiri	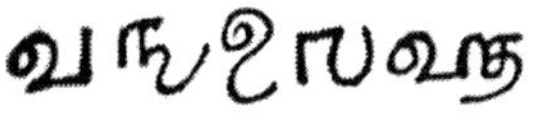
136	எட்டுமா அரைமா / എട്ടുമാ അരമാ / eṭṭu mā araimā	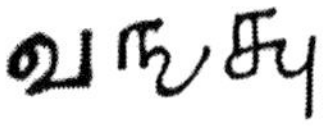
137	எட்டுமா அரைமா முந்திரி / എട്ടുമാ അരമാ മുന്തിരി / eṭṭumā araimā muntiri	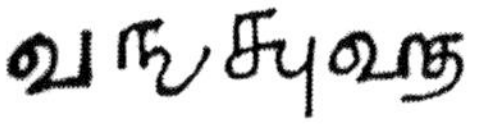
138	எட்டுமா அரைமா அரைக்காணி / എട്ടുമാ അരമാ അരക്കാണി / eṭṭu mā araimā araikkāṇi	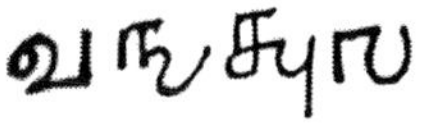

139	எட்டுமா அரைமா அரைக்காணி முந்திரி / എട്ടുമാ അരമാ അരക്കാണി മുന്തിരി / eṭṭu mā araimā araikkāṇi muntiri	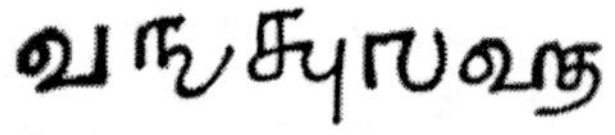
140	எட்டுமா முக்காணி / എട്ടുമാ മുക്കാണി / eṭṭu mā mukkāṇi	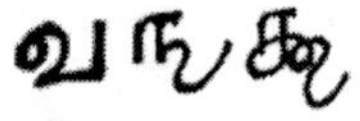
141	எட்டுமா முக்காணி முந்திரி / എട്ടുമാ മുക്കാണി മുന്തിരി / eṭṭu mā mukkāṇi muntiri	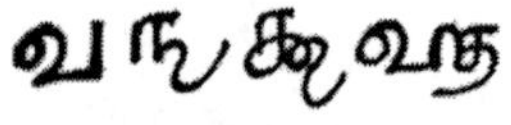
142	எட்டுமா முக்காணி அரைக்காணி / എട്ടുമാ മുക്കാണി അരക്കാണി / eṭṭu mā mukkāṇi araikkāṇi	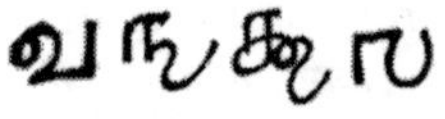
143	எட்டுமா முக்காணி அரைக்காணி முந்திரி / എട്ടുമാ മുക്കാണി അരക്കാണി മുന്തിരി / eṭṭu mā mukkāṇi araikkāṇi muntiri	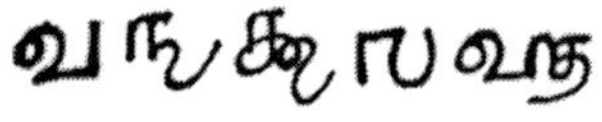
144	ஒன்பதுமா / ഒമ്പതുമാ / oṉpatu mā	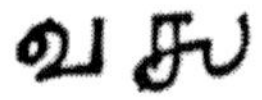
145	ஒன்பதுமா முந்திரி / ഒമ്പതുമാ മുന്തിരി / oṉpatu mā muntiri	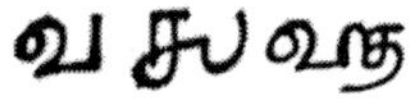
146	ஒன்பதுமா அரைக்காணி / ഒമ്പതുമാ അരക്കാണി / oṉpatu mā araikkāṇi	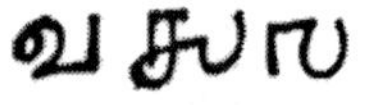
147	ஒன்பதுமா அரைக்காணி முந்திரி / ഒമ്പതുമാ അരക്കാണി മുന്തിരി / oṉpatu mā araikkāṇi muntiri	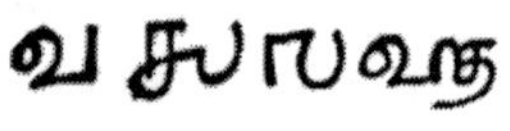
148	ஒன்பதுமா காணி / ഒമ്പതുമാ കാണി / oṉpatu mākāṇi	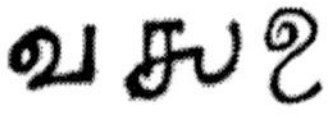
149	ஒன்பதுமா காணி முந்திரி / ഒമ്പതുമാ കാണി മുന്തിരി / oṉpatu mākāṇi muntiri	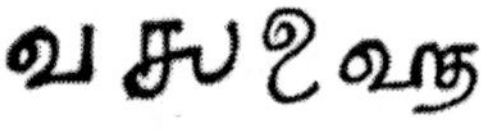

150	ஒன்பதுமா காணி அரைக்காணி / ஒமபதுமா காணி அரக்காணி / oṉpatu mākāṇi araikkāṇi	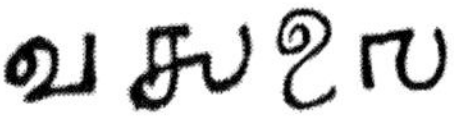
151	ஒன்பதுமா காணி அரைக்காணி முந்திரி / ஒமபதுமா காணி அரக்காணி முந்திரி / oṉpatu mākāṇi araikkāṇi muntiri	
152	ஒன்பதுமா அரைமா / ஒமபதுமா அரமா / oṉpatu mā araimā	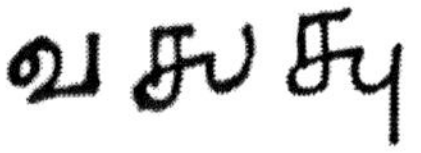
153	ஒன்பதுமா அரைமா முந்திரி / ஒமபதுமா அரமா முந்திரி/ oṉpatu mā araimā muntiri	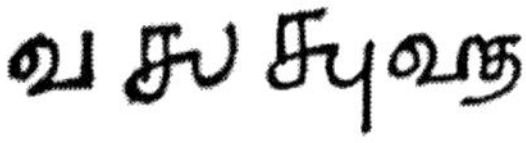
154	ஒன்பதுமா அரைமா அரைக்காணி / ஒமபதுமா அரமா அரக்காணி / oṉpatu mā araimā araikkāṇi	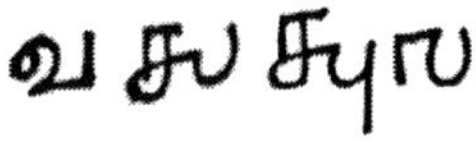
155	ஒன்பதுமா அரைமா அரைக்காணி முந்திரி / ஒமபதுமா அரமா அரக்காணி முந்திரி / oṉpatu mā araimā araikkāṇi muntiri	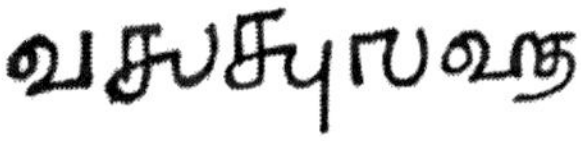
156	ஒன்பதுமா முக்காணி / ஒமபதுமா முக்காணி / oṉpatu mā mukkāṇi	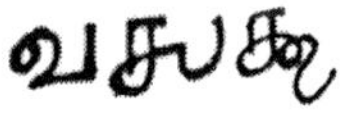
157	ஒன்பதுமா முக்காணி முந்திரி / ஒமபதுமா முக்காணி முந்திரி / oṉpatu mā mukkāṇi muntiri	
158	ஒன்பதுமா முக்காணி அரைக்காணி / ஒமபதுமா முக்காணி அரக்காணி / oṉpatu mā mukkāṇi araikkāṇi	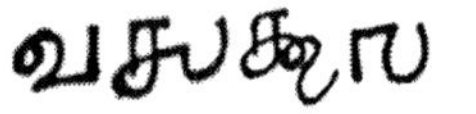
159	ஒன்பதுமா முக்காணி அரைக்காணி முந்திரி / ஒமபதுமா முக்காணி அரக்காணி முந்திரி/ oṉpatu mā mukkāṇi araikkāṇi muntiri	

160	பத்துமா (அரை) / പത്തുമാ (അര) / pattu mā (arai)	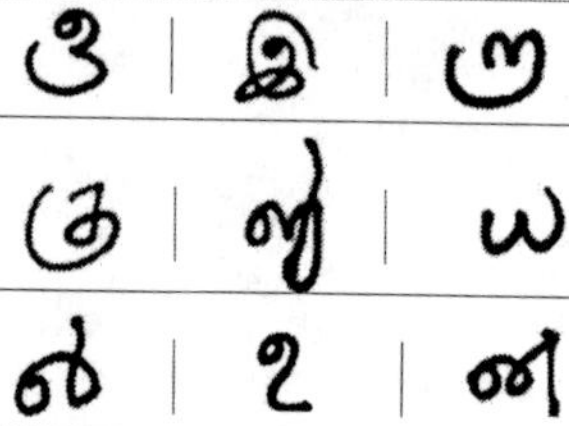
161	பத்துமா முந்திரி / പത്തുമാ മുന്തിരി / pattu mā muntiri	
162	பத்துமா அரைக்காணி / പത്തുമാ അരക്കാണി / pattu mā araikkāṇi	
163	பத்துமா அரைக்காணி முந்திரி / പത്തുമാ അരക്കാണി മുന്തിരി / pattu mā araikkāṇi muntiri	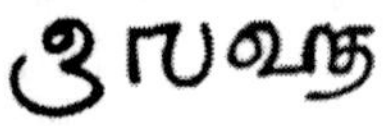
164	பத்துமா காணி / പത്തുമാ കാണി / pattu mākāṇi	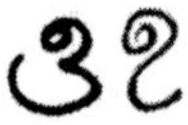
165	பத்துமா காணி முந்திரி / പത്തുമാ കാണി മുന്തിരി / pattu mā kāṇi muntiri	
166	பத்துமா காணி அரைக்காணி / പത്തുമാ കാണി അരക്കാണി / pattu mākāṇi araikkāṇi	
167	பத்துமா காணி அரைக்காணி முந்திரி / പത്തുമാ കാണി അരക്കാണി മുന്തിരി / pattu mā kāṇi araikkāṇi muntiri	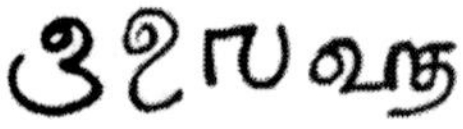
168	பத்துமா அரைமா / പത്തുമാ അരമാ / pattu mā araimā	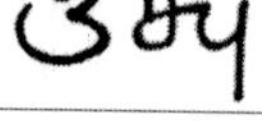
169	பத்துமா அரைமா முந்திரி / പത്തുമാ അരമാ മുന്തിരി / pattu mā araimā muntiri	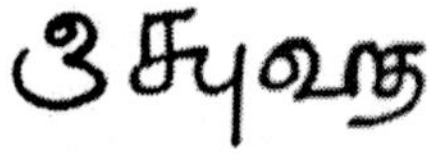
170	பத்துமா அரைமா அரைக்காணி / പത്തുമാ അരമാ അരക്കാണി / pattu mā araimā araikkāṇi	

171	பத்துமா அரைமா அரைக்காணி முந்திரி / പത്തുമാ അരമാ അരക്കാണി മുന്തിരി / pattu mā araimā araikkāṇi muntiri	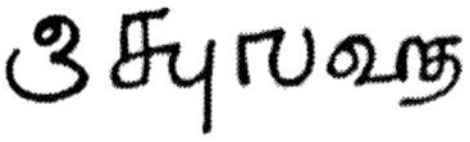
172	பத்துமா முக்காணி / പത്തുമാ മുക്കാണി / pattu mā mukkāṇi	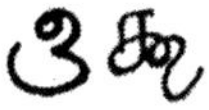
173	பத்துமா முக்காணி முந்திரி / പത്തുമാ മുക്കാണി മുന്തിരി/ pattu mā mukkāṇi muntiri	
174	பத்துமா முக்காணி அரைக்காணி / പത്തുമാ മുക്കാണി അരക്കാണി / pattu mā mukkāṇi araikkāṇi	
175	பத்துமா முக்காணி அரைக்காணி முந்திரி / പത്തുമാ മുക്കാണി അരക്കാണി മുന്തിരി / pattu mā mukkāṇi araikkāṇi muntiri	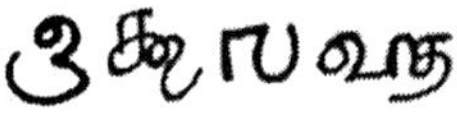

5 மா தொடங்கி 9 மா வரையில்,

 → 5 மா

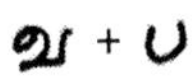 → 6 மா

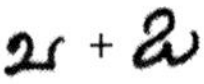 → 7 மா

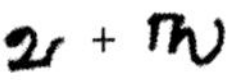 → 8 மா

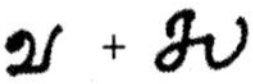 → 9 மா

என அமைந்தது போல், 10 மா தொடங்கி 14 மா வரையில்,

 → 10 மா

 → 11 மா

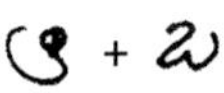 → 12 மா

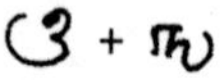 → *13 மா*

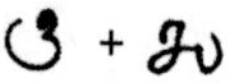 → *14 மா*

என்றவாறும் *15 மா* தொடங்கி *20 மா* வரையில்,

 → *15 மா*

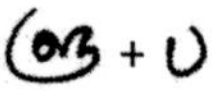 → *16 மா*

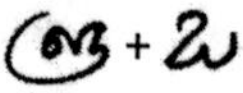 → *17 மா*

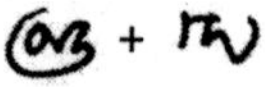 → *18 மா*

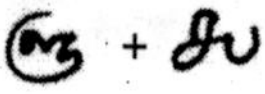 → *19 மா*

 → ஒன்று/20 மா*

என்றவாறும் அமையும். 'மா' எண்ணிக்கையைப் பிற வாய்ப்பாடுகளோடு பொருத்திக் கொள்ளலாம்.

5 മാ മുതൽ 9 മാ വരെ

 → 5 മാ

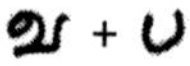 → 6 മാ

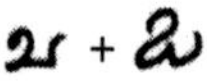 → 7 മാ

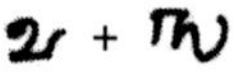 → 8 മാ

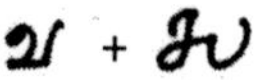 → 9 മാ

---

* 20 மா என்பது 1 வேலியைக் குறிக்கும். 'வேலி' என்ற அளவையின் குறியீடு '' என்பதாகும்.

അത്പോലെ 10 മാ മുതൽ 14 മാ വരെ

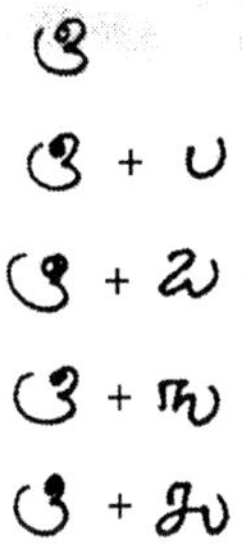

→ 10 മാ

→ 11 മാ

→ 12 മാ

→ 13 മാ

→ 14 മാ

15 മാ മുതൽ 20 മാ വരെ

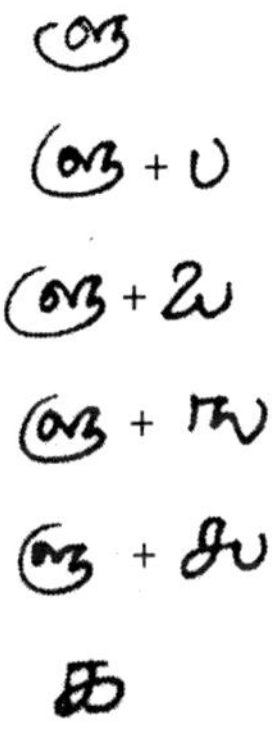

→ 15 മാ

→ 16 മാ

→ 17 മാ

→ 18 മാ

→ 19 മാ

→ ഒന്ന്/20 മാ**

എന്നും വരും.'മാ'യുടെ എണ്ണത്തിനെ സൂത്ര വാക്യങ്ങളുമായി പൊരുത്തപ്പെടുത്താം.

From 5 mā to 9 mā,

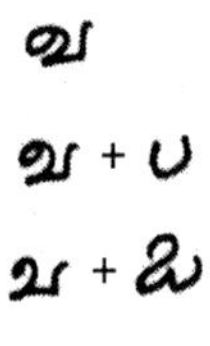

→ 5mā ,

→ 6mā,

→ 7 mā,

** 20 മാ എന്നാൽ 1 വേലി. വേലി അളവിന്റെ ചിഹ്നം 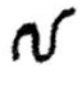 ആണ്

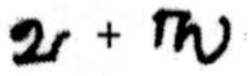 → 8mā,

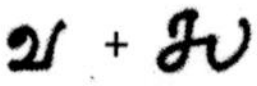 → 9mā

As set, From 10 mā to 14 mā,

 → 10 mā,

 → 11mā,

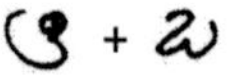 → 12 mā,

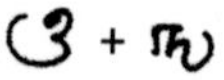 → 13 mā,

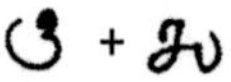 → 14 mā

as seen. From 15 mā to 20 mā,

 → 15 mā,

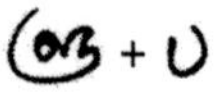 → 16 mā,

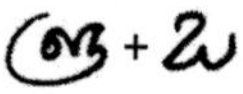 → 17 mā,

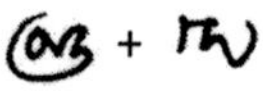 → 18 mā,

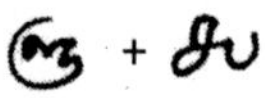 → 19 mā ,

 → 20 mā***

Will be number of mā can be matched with other formulae.

*** 20 mā is equal to 1 vēli. '  ' is the symbols of vēli.

8

ஒன்றின் கீழ் அமைந்த எண்மானம்

இப்பகுதியில் ஒன்றின் கீழ் அமைந்த எண்மானங்களின் பெயர்கள், வாய்ப்பாடுகள், குறியீடுகள் தரப்படுகின்றன. ஒரு முழுப் பொருளை இரண்டாக, நான்காக, எட்டாக, பதினாறாக வகுத்த பகுதிகள் இதில் இடம்பெறுகின்றன. 15 வாய்ப்பாடுகளுக்குப் பின்னக் கணக்குகளும் வடிவமைத்துக் கொடுக்கப்பட்டுள்ளன. இவ்வளவைகள் நில அளவோடு தொடர்புடையதாகும்.

ഒന്നിന് താഴെയുള്ള സംഖ്യകൾ

ഒന്നിന് താഴെയുള്ളസംഖ്യ അളവുകളുടെ പേരുകളും, സൂത്ര വാക്യ ങ്ങളും, ചിഹ്നങ്ങളും ഇതിൽ നൽകിയിരിക്കുന്നു. ഒരു വസ്തുവിനെ ര്, നാല്, എട്ട്, പതിനാറ് എന്നിങ്ങനെ വിഭജിക്കുന്ന ഭാഗങ്ങൾ ഇതിൽ അടങ്ങിയിരിക്കുന്നു. പതിനഞ്ച് സൂത വാക്യങ്ങളുംഅവ യുടെ വിശദീകരണവും നൽകിയിരിക്കുന്നു. ഈ അളവുകൾ ഭൂഅളവോടെ ബന്ധപ്പെട്ടിരിക്കുന്നു

Number under the one

This chapter gives the names, formulae and symbols of a number under the one. Besides, it deals with how a whole object may be divided into two, four, eight and sixteen. Fraction accounts are designed for 15 formulae also given. These measurements are related with land measurements.

வ. எண்	வாய்ப்பாடுகள்	குறியீடுகள்
1	கால் மாகாணி / கால் வீசம் / കാൽ മാകാണി / കാൽ വീശം kāl mākāṇi / kāl vīcam – ¼ x 1/16 = 1/64	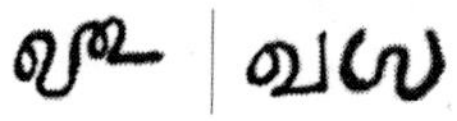
2	அரை மாகாணி / அரை வீசம் / അര മാകാണി / അര വീശം / arai mākāṇi / arai vīcam – ½ x1/16 = 1/32	
3	முக்கால் மாகாணி /முக்கால் வீசம் / മുകാൽ മാകാണി/ മുക്കാൽ വീശം / mukkāl mākāṇi / mukkāl vīcam – ¾ x1/16 = 3/64	
4	மாகாணி / മാകാണി / mākāṇi – 1/16	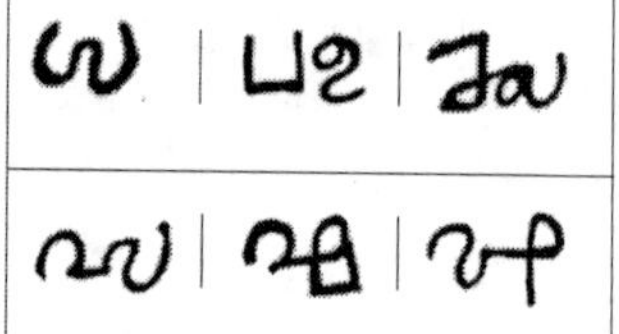
5	மாகாணி கால் மாகாணி / മാകാണി കാൽ മാകാണി / mākāṇi kāl mākāṇi – 1/16+¼x1/16 = 5/64 (Or) 1/16+1/64 = 4+1/64 = 5/64	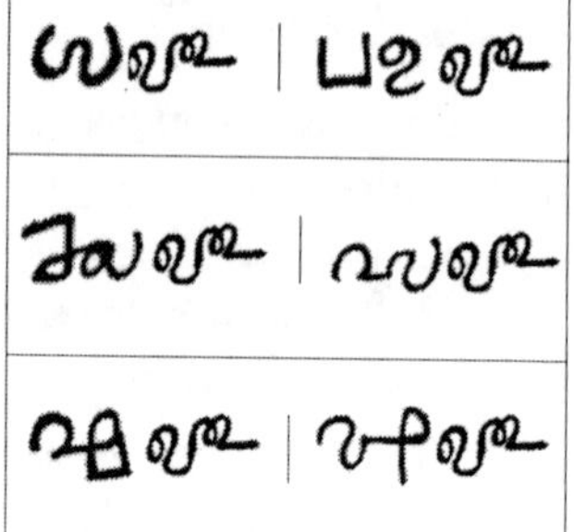
6	மாகாணி அரைமாகாணி / മാകാണി അരമാകാണി / mākāṇi arai mākāṇi – 1/16+½x1/16 = 3/32 (Or) 1/16+1/32 = 2+1/32 = 3/32	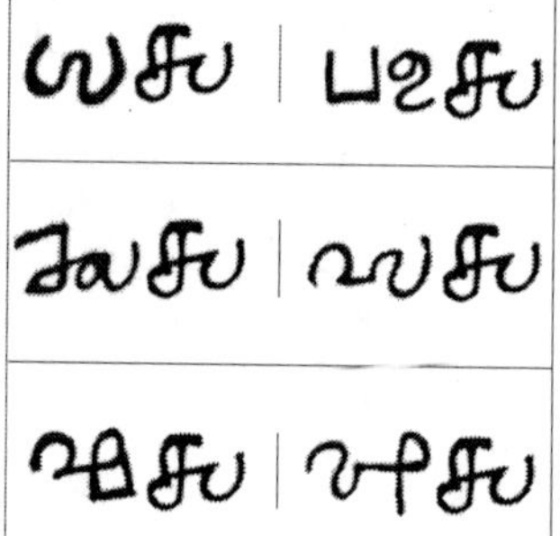

7	மாகாணி முக்கால் மாகாணி / മാകാണി മുക്കാൽ മാകാണി / mākāṇi mukkāl mākāṇi – 1/16+¾ x1/16 = 7/64 (Or) 1/16+3/64 = 4+3/64 = 7/64	
		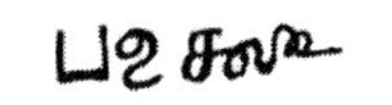
		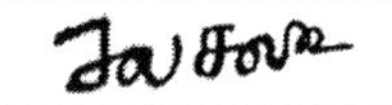
		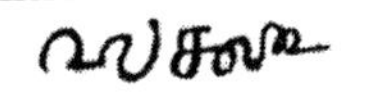
		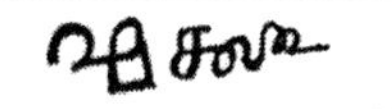
		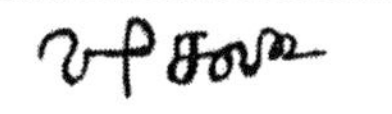
8	அரைக்கால் / അരക്കാൽ / araikkāl – ½ x¼ = 1/8	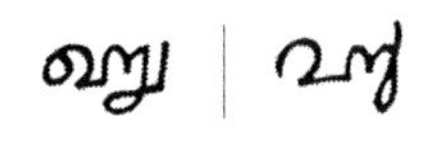

		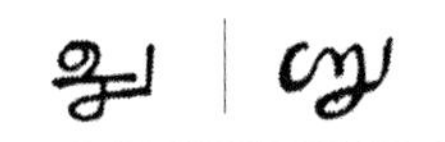
		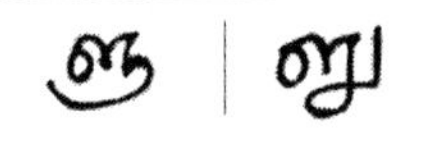
9	அரைக்கால் கால் மாகாணி / അരക്കാൽ കാൽ മാകാണി / araikkāl kāl mākāṇi – 1/8+¼ x1/16 = 9/64 (Or) 1/8+1/64 = 8+1/64 = 9/64	
		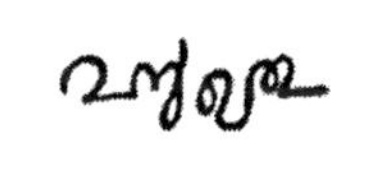

		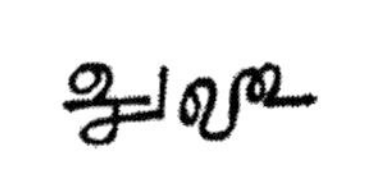
		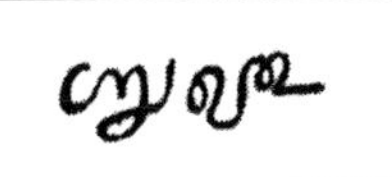

10	அரைக்கால் அரைமாகாணி / അരക്കാൽ അരമാകാണി / araikkāl arai mākāṇi – 1/8+½x1/16 = 5/32 (Or) 1/8+1/32 = 4+1/32= 5/32	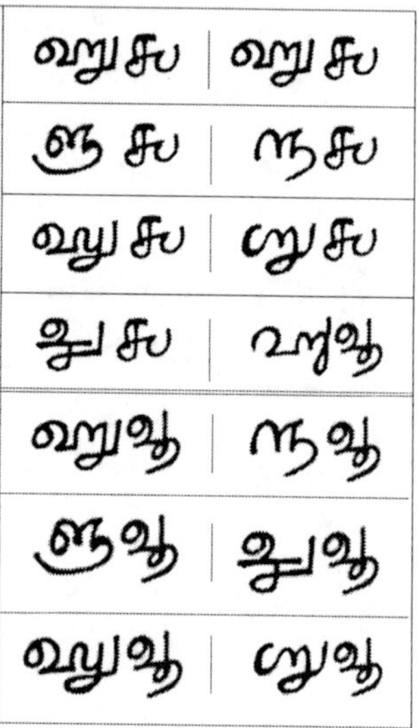
11	அரைக்கால் முக்கால் மாகாணி / അരക്കാൽ മുക്കാൽ മാകാണി / araikkāl mukkāl mākāṇi – 1/8+¾ x1/16 = 11/64 (Or) 1/8+3/64 = 8+3/64 = 11/64	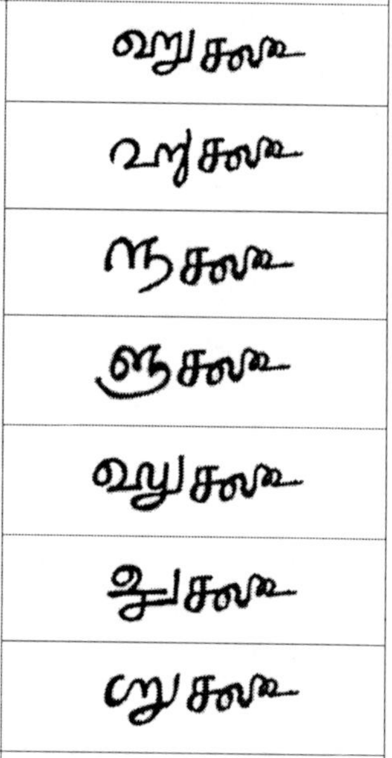
12	முண்டாணி அல்லது மும்மாமுக்காணி அல்லது மூன்றுவீசம் / മുണ്ടാണി /മുമ്മാ മുക്കാണി / മൂന്നു വീശം / muṇṭāṇi /mummā mukkāṇi /mūṉṟu vīcam – 3x1/6 = 3/16	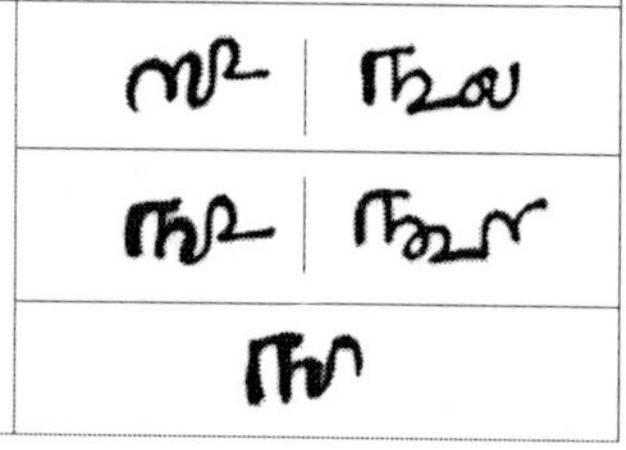

13	முண்டாணி கால் மாகாணி / മുണ്ടാണി കാൽ മാകാണി / muṇṭāṇi kāl mākāṇi – 3/16+1/4x1/16 = 13/64 (Or) 3/16+1/64 = 12+1/64 = 13/64	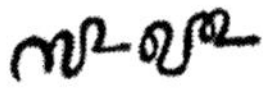
		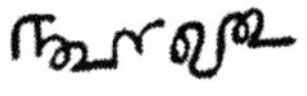
		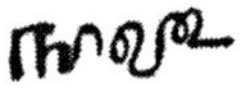
		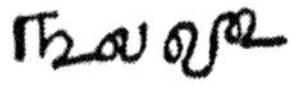

14	முண்டாணி அரைமாகாணி / മുണ്ടാണി അരമാകാണി / muṇṭāṇi arai mākāṇi – 3/16+½ x1/16 = 7/32 (Or) 3/16+1/32 = 6+1/32 = 7/32	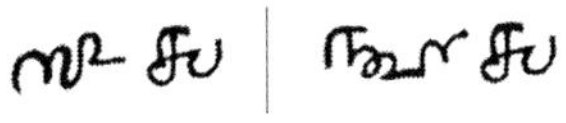

		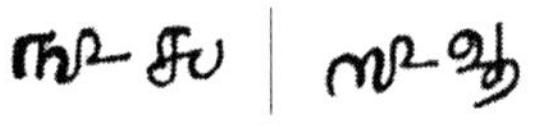

15	முண்டாணி முக்கால் மாகாணி / മുണ്ടാണി മുക്കാൽ മാകാണി / muṇṭāṇi mukkāl mākāṇi – 3/16+¾ x1/16 = 15/64 (Or) 3/16+3/64 = 12+3/64 = 15/64	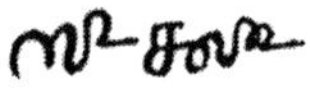
		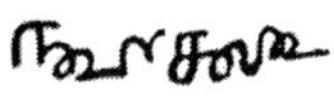
		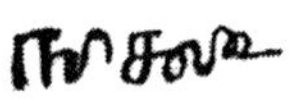
		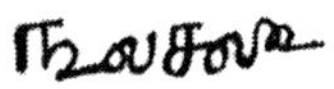
		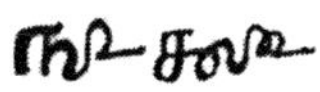

முண்டாணி முக்கால் மாகாணிக்குப் பிறகு கால் (வ) இடம்பெறும். காலே கால் மாகாணி (வ ஒ) தொடங்கி காலே முண்டாணி முக்கால் மாகாணி (வ ரு-சஸ) வரை மேற்கூறிய வாய்ப்பாடு அடிப்படையில் அமையும்.

காலே முண்டாணி முக்கால் மாகாணிக்குப் பிறகு அரை (இ) இடம்பெறும். அரையே கால் மாகாணி (இ ஒ) தொடங்கி அரையே முண்டாணி முக்கால் மாகாணி (இ ரு-சஸ) வரை மேற்கூறிய வாய்ப்பாடு அடிப்படையில் இடம்பெறும்.

அரையே முண்டாணி முக்கால் மாகாணிக்குப் பிறகு முக்கால் (ஞு) அளவு வரும். முக்காலே கால் மாகாணி (ஞு ஒ) தொடங்கி முக்காலே முண்டாணி முக்கால் மாகாணி (ஞு ரு-சஸ) வரை மேற்கூறிய வாய்ப்பாடு அடிப்படையில் காணப்படும்.

முக்காலே முண்டாணி முக்கால் மாகாணிக்குப் பிறகு ஒன்று (க) வருகை தரும்.

கால்மாகாணி தொடங்கி முண்டாணி முக்கால் மாகாணி வரையுள்ள வாய்ப்பாடுகளின் முன்பாகக் கால் (வ), அரை (இ), முக்கால் (ஞு) ஆகிய எண் அளவுகளை இணைத்தால் நுண்ணிய அளவுகள் வெளிப்படும்.

മുണ്ടാന്നി മുക്കാൽ മാകാണിക്ക് ശേഷം കാൽ (வ) സ്ഥാനം പരും. കാലേ കാൽ മാകാണി (வ ஒ) തുടങ്ങി കാലേ മുണ്ടാന്നി മുക്കാൽ മാകാണി (வ ரு-சஸ) വരെ മുകളിലുള്ള സൂത്രവാക്യത്തെ അടിസ്ഥാനമാക്കും.

കാലേ മുണ്ടാന്നി മുക്കാൽ മാകാണിക്ക് ശേഷം അര (இ) സ്ഥാനം പരും. അരയേ കാൽ മാകാണി (இ ஒ) തുടങ്ങി അരയേ മുണ്ടാണി മുക്കാൽ മാകാണി (இ ரு-சஸ) വരെ മുകളിലുള്ള സൂത്രവാക്യത്തെ അടിസ്ഥാനമാക്കും.

അരയേ മുണ്ടാന്നി മുക്കാൽ മാകാണിക്ക് ശേഷം മുക്കാൽ () അളവ് വരും. മുക്കാലെ കാൽ മാകാണി (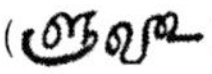) തുടങ്ങി മുക്കാലേ മുണ്ടാണി മുകാൽ മാകാണി (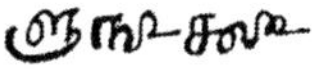) വരെ മുകളിലുള്ള സൂത്രവാക്യത്തെ അടിസ്ഥാനമാക്കും.

മുക്കാലേ മൂണ്ടാണി മുക്കാൽ മാകാണി ശേഷം ഒന്ന് () വരും.

കാൽ മാകാണി ആരംഭിച്ച് മുണ്ടാന്നി മുക്കാൽ മാകാണി ഭവാനിയിൽ അവസാനിക്കുന്ന പദപ്രയോഗങ്ങൾക്ക് ക്കാൽ (), അര, () മുക്കാൽ (), കൂടാതെ സംഖ്യാ അളവ്കൾ സംയോജിപ്പിക്കുന്നതിലൂടെ, മികച്ച അളവ്കൾ വെളിപ്പെടുത്തുന്നു.

The quarter () numerical measure will take place after mukkāl-mākāṇi . Above measure method will be follwed on kālē- kāl - mākāṇi (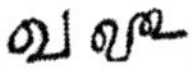) to kālē- muṇṭāṇi- mukkāl - mākāṇi (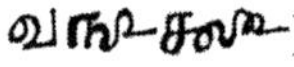).

The Half () numerical measure will take place after kālē- muṇṭāṇi- mukkāl-mākāṇi. Above measure method will be follwed on araiyē- kāl -mākāṇi (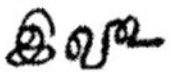) to araiyē- muṇṭāṇi -mukkāl -mākāṇi (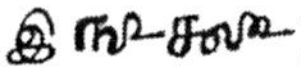).

The three - quarter () numerical measure will take place after araiyē - mukkāl -mākāṇi.Above measure method will be follwed on mukkālē- kāl- mākāṇi (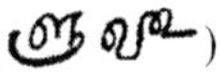) to mukkālē- muṇṭāṇi- mukkāl- mākāṇi (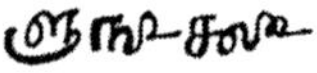).

An one () numerical measure will take place after mukkālē- muṇṭāṇi-mukkāl- mākāṇi.

If we Combining the numbers half (), quarter (), three-quarter () before the formulae (Kāl - mākāṇi to muṇṭāṇi -mukkāl- mākāṇi), the microscopic measures will come.

9

அளவைப் புகைப்படங்கள்

அளவைப் புகைப்படங்கள் எனும் இப்பகுதி, கலைக்களஞ்சியத்தில் இடம்பெற்றுள்ள தரவுகளின் அடிப்படையில், கீழ்க்காணும் அளவைகளின் புகைப்படங்களைத் தருகிறது. அவைபின்வருமாறு..

1. ஆழாக்கு (அரைக்கால்படி), 2. உழக்கு (கால்படி) , 3. உரி (அரைப்படி), 4. நாழி (படி), 5. குறுணி, 6. மரக்கால், 7. இடங்கழி, 8. பற, 9. துடம் 10. மஞ்சாடி, 11. கழஞ்சு 12. குன்றிமணி.

അളവുകളുടെ ഫോട്ടോകൾ

വിജ്ഞാനകോശത്തിൽ അടങ്ങിയിരിക്കുന്ന വിവരങ്ങളെ അടിസ്ഥാമാക്കി അളവുകളുടെ ചിത്രങ്ങൾ നൽകിയിരിക്കുന്നു. അവ താഴെ പറയുന്നവയാണ്.

1.ആഴാക്ക് (അരൈകാൽപടി), 2. ഉഴക്ക് (കാല്പടി), 3. ഉരി (അരൈപടി), 4. നാഴി (പടി), 5. കുറുണി, 6.മരക്കാൽ, 7. ഇടങ്ങഴി, 8. പറ, 9. തുടം, 10.മഞ്ചാടി, 11. കഴഞ്ച്, 12.കുന്നിമണി.

Photos of Measurements

This chapter give the following measurement images based on the data contained in this Encyclopedia, 1. āḻākku (araikkālpaṭi), 2.uḻakku (kālpaṭi), 3.uri (araippaṭi), 4.nāḻi (paṭi), 5. kuṟuṇi, 6.marakkāl, 7. iṭaṅkaḻi, 8.paṟa, 9.tuṭam 10.mañcāṭi, 11. kaḻañcu12. kuṉṟimaṇi.

ஆழாக்கு
(அரைக்கால்படி)
ആഴാക്ക്
(അറൈകാല്പടി
āḻākku
(araikkālpaṭi)

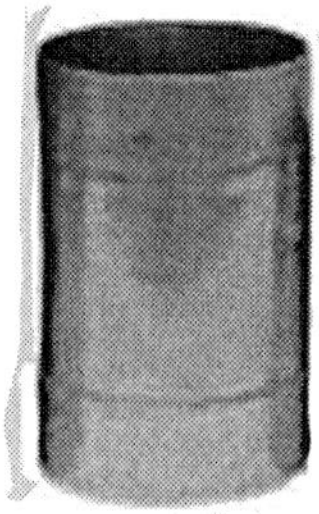

உழக்கு
(கால்படி)
ഉഴക്ക്
(കാല്പടി)
uḻakku
(kālpaṭi)

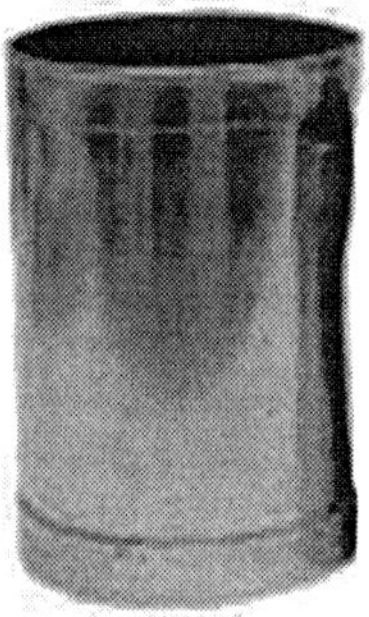

உரி
(அரைப்படி)
ഉരി
(അരപടി)
uri
(araippaṭi)

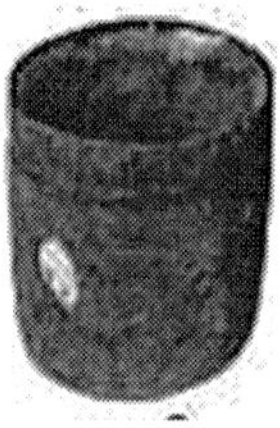

நாழி
നാഴി (പടി)
nāḻi (paṭi)

குறுணி
കുറുണി
kuṟuṇi

மரக்கால்
മരക്കാൽ
marakkāl

இடங்கழி
ഇടങ്ങഴി
iṭaṅkaḻi

பறை
പറ
paṟa

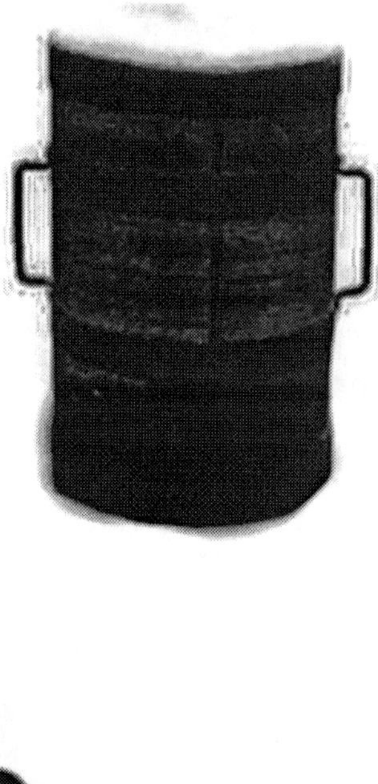

துடம்
തുടം
tuṭam

மஞ்சாடி
മഞ്ചാടി
mañcāṭi

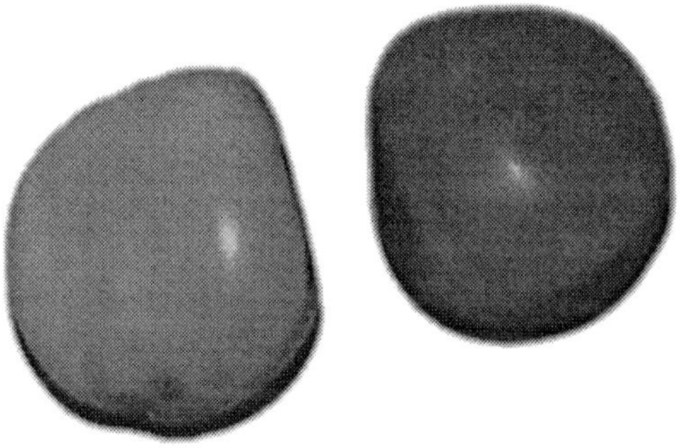

கழஞ்சு
കഴഞ്ച്
kaḻañcu

குன்றி மணி
കുന്നിമണി
kuṉṟimaṇi

துணை நூற்பட்டியல்

கல்வெட்டுத்தொகுதிகள்

1. காசிநாதன். நடன, *கன்னியாகுமரிக் கல்வெட்டுக்கள்*, 1972 1, 2, 3ஆம் தொகுதிகள், தமிழ்நாடு அரசு தொல்லியல்துறை, சென்னை.

2. சீதாராம் குருமூர்த்தி, *கன்னியாகுமரிக் கல்வெட்டுக்கள்*, 2008, 6ஆம் தொகுதி, தமிழ்நாடு அரசு தொல்லியல்துறை, சென்னை.

3. நாகசாமி. இரா, *கன்னியாகுமரிக் கல்வெட்டுக்கள்*, 1979, 4, 5ஆம் தொகுதிகள், தமிழ்நாடு அரசு தொல்லியல்துறை, சென்னை.

நூல்கள்

1. காரிநாயனார், *கணக்கதிகாரம்*, 2007, ஆசியவியல் நிறுவனம், செம்மாஞ்சேரி, சென்னை – 600119.

2. கிரிஜா. தே, *மீனாட்சி அட்டத்திக்கு விசய அம்மானைச் சுவடி*, 2015, தமிழ்ச் சுவடியியல் மற்றும் பதிப்பியல் பட்டய ஆய்வுக்காகக் கொடுக்கப்பட்ட ஆய்வேடு, உலகத் தமிழாராய்ச்சி நிறுவனம், சென்னை.

3. கோபாலக்கிருஷ்ண கோன். இ.மா, *நூதன பயிற்சிக் கணித வாய்ப்பாடு*, 1921, *(New practical Arithmetical table for the use of elementary school).*

4. கோவை மணி.மோ.கோ, *ஓலைச்சுவடியியல்* 2013, பாமொழி பதிப்பகம், மனை எண்.11, பாரதி நகர், தமிழ்ப் பல்கலைக்கழக அஞ்சல், தஞ்சாவூர் – 613010.

5. சத்தியபாமா. கா, *ஆஸ்தான கோலாகலம்*, 2004, (சிறப்புக் கேண்மைப் பதிப்பாசிரியர்) தஞ்சாவூர் மகராஜா சரபோஜியின் சரசுவதி மகால் நூலகம், தஞ்சாவூர்.

6. சிவா. சு, கல்வெட்டுக்களில் அளவைக் குறியீடுகள், 2010, நெ.5, தங்கவேல் வைத்தியர் தெரு, திருவல்லிக்கேணி, சென்னை – 5

7. செல்வராசகோபால். க.தா (கலாநிதி ஈழத்துப் பூராடனார்), தமிழிலக்கங்களும் தமிழ் தழீஇய வட ஒலி எழுத்துக்களும் தமிழ்ச் சுருக்கக் குறியீடுகளும், 2001, ஜீவா பதிப்பகம், தொரன்ரோ, கனடா

8. தண்டபாணி சுவாமிகள், அறுவகை இலக்கணம், கி.பி.19.

9. தாமரைப்பாண்டியன். சு., வள்ளால மகாராசன் கதை, 2006, சேகர் பதிப்பகம், சென்னை.

10. தாமரைப்பாண்டியன். சு, சங்கிலிப் பூதத்தார் கதை, 2007, அருண் புத்தகாலயம், சென்னை.

11. தாமரைப்பாண்டியன். சு, குயில வண்ணான் கதை, 2007, திருக்குறள் பதிப்பகம், சென்னை.

12. தாமரைப்பாண்டியன். சு, வள்ளித் திருமணம் குறிஞ்சிப்பாடு ஒப்பாய்வு, 2007, திருக்குறள் பதிப்பகம், சென்னை.

13. தாமரைப்பாண்டியன். சு, கபாலக்காரன் கதை, 2008, சேகர்பதிப்பகம், சென்னை.

14. தாமரைப்பாண்டியன். சு, மன்னன் கருங்காளி வாதைக்கதை, 2008 காவ்யா பதிப்பகம், சென்னை.

15. தாமரைப்பாண்டியன். சு, அபிமன்யூ போர்க்கதை, 2011, அருள் பதிப்பகம், சென்னை.

16. தாமரைப்பாண்டியன். சு, கதைப்பாடல் சுவடித் திரட்டும் - பதிப்பும் (1 – 4 தொகுதிகள்) 2014, உலகத் தமிழாராய்ச்சி நிறுவனம், சென்னை.

17. தாமரைப்பாண்டியன். சு, கண்டி கதிர்காமவேலன் மாலை, 2019, சித்ரா பதிப்பகம், சென்னை.

18. திருவள்ளுவர், திருக்குறள்.

19. தொல்காப்பியர், தொல்காப்பியம்.

20. பவணந்தி முனிவர், நன்னூல்.

21. பகவதி. கு, தமிழர் அளவைகள், 1983, உலகத் தமிழாராய்ச்சி நிறுவனம், சென்னை.

22. மதிவாணன். இரா, திராவிடமக்களின் சிந்துவெளி எழுத்துக்கள், 2010, அருள் பதிப்பகம், 66, பெரியார்தெரு, எம்.ஜி.ஆர் நகர், சென்னை – 600078.

23. மணி. மாறன், தமிழ் எண்ணும் எழுத்தும், 2018, தஞ்சாவூர் மகராஜா சர்போஜியின் சரசுவதி மகால் நூலகம், தஞ்சாவூர்.

ஆய்வுக் கட்டுரைகள்

1. இராசகோபால். சு, ஓலைச் சுவடிகளில் எழுத்து முறை, 1985, ஆவணம் இதழ் – 8, தஞ்சைத் தமிழ்ப் பல்கலைக்கழகம், தஞ்சாவூர்.

2. கணேசன். சா, தமிழகத்து அளவைமுறை, 1968, கையேடு, இரண்டாவது உலகத்தமிழ் மாநாடு, சென்னை.

3. சிவகாமி. சா, தமிழில் முகத்தல் அளவைப் பெயர்கள், 1974, இளவேனில் – 3, இளங்கோமன்ற வெளியீடு, தமிழ்த்துறை, கேரளப் பல்கலைக்கழகம்,

4. சௌந்தரபாண்டியன். எஸ், மெக்கன்சியின் சுவடிகளில் பதிப்புச் சிக்கல்கள், அரசினர் கீழ்த்திசைச் சுவடிகள் நூலகம், சென்னை.

5. நயினார். மா, தமிழில் நிறுத்தல் அளவைப் பெயர்கள், 1974, இளவேனில் – 3, இளங்கோமன்ற வெளியீடு, தமிழ்த்துறை, கேரளப் பல்கலைக்கழகம்,

6. பகவதி. கு, தமிழில் நீட்டல் அளவைப் பெயர்கள், 1974, இளவேனில் – 3, இளங்கோமன்ற வெளியீடு, தமிழ்த்துறை, கேரளப் பல்கலைக்கழகம்,

ஆய்வேடு

1. சிவா. சு, “குமரிமாவட்டம் தோவாளை வட்டாரக் கல்வெட்டுக்களில் மொழி ஆய்வு” (முனைவர்பட்ட ஆய்வேடு) 2010, தமிழ்த்துறை, கேரளப் பல்கலைக்கழகம்.

2. செந்தில் செல்வக்குமரன். மா, தமிழ் இலக்கியங்கள் கல்வெட்டுக்கள் காட்டும் எண்கள், அளவைகள் குறியீடுகள்” (முனைவர்பட்ட ஆய்வேடு), 1989, காமராசர் பல்கலைக்கழகம், மதுரை.

அகராதிகள்

1. க்ரியாவின் தற்காலத் தமிழ் அகராதி, 1992, புதியஎண்.2, 24 கிழக்குத் தெரு, திருவான்மியூர், சென்னை – 600041

2. தமிழ்க் கல்வெட்டுச் சொல்லகராதி, 1, 2ஆம் தொகுதிகள், 2002, சாந்தி சாதனா சாரிட்டபிள் டிரஸ்ட், சாமியர்ஸ் ரோடு, சென்னை – 600028.

3. தமிழ்ப் பேரகராதி – சென்னை பல்கலைக்கழகம், 1982, சென்னை.

Bibiliography

English Articles

1. Rajagopal. s, Numbering and Measuring Systems in Tamil Inscriptions, 2019, (Paper presentation), French Institute of Pondichery.

2. Raghava Wariar, Mathematical Tradition: An epigraphical perspective, 2019, (Paper presentation) , Manuscipts department, University of Kerala.

3. Sajina .G., Symbols and numerals in ancient land records – A study based on Goturuth Church record, 2019, (Paper presentation), Manuscipts department, University of kerala.

volumes on Inscription

1. kācinātaṉ.naṭaṉa, kaṉṉiyākumari kalveṭṭukkaḷ, 1972, Volume - 1, 2, 3 Tamilnadu Archeological department, Chennai.

2. cītārām kurumūrtti, kaṉṉiyākumari kalveṭṭukkaḷ, 2008, volume - 6 Tamilnadu Archeological department, chennai.

3. nākacāmi. irā., kaṉṉiyākumari kalveṭṭukkaḷ, 1979, Volume - 4,5 Tamilnadu Archeological department, chennai.

Books

1. kārināyaṉār, kaṇakkatikāram, 2007, Institute of Asian Studies, Chemmancherry, chennai - 600119.

2. kirijā. tē., mīṉāṭci aṭṭattikku vicaya ammāṉaic cuvaṭi, 2015, Diploma Thesis,2015 International institute of Tamil studies, Chennai.

3. kōpālakkiruṣṇa kōṉ .i.mā, New practical Arithmetical table, 1921, for the use of elementary school . Madurai.

4. kōvai maṇi.mō.kō., ōlaiccuvaṭiyiyal, 2013, pāmoḻi publication. No;11, Bharathi nager, Tanjavore Tamil university post, Tanjavore.

5. cattiyapāmā.kā., ās tāṉa kōlākalam (ciṟappuk kēṇmaip patippāciriyar) Tanjavore Saraswathy mahal library) Tanjavore

6. civā.cu, kalveṭṭukkaḷil aḷavaik kuṟiyīṭukaḷ, 2010, no .5, Thangavelu vaithiyar street, Thiruvallikeni, chennai-5

7. celvarācakōpāl.ka.tā, tamiḻilakkaṅkaḷum tamiḻ (kalāniti īḻattup pūrāṭaṉār) taḻīiya vaṭa oli, eḻuttukkaḷum tamiḻc curukkak kuṟiyīṭukaḷum, 2001, Jeeva Publication, toraṉṟō-canada.

8. taṇṭapāṇi cuvāmikaḷ, aṟuvakai ilakkaṇm B.C 19

9. tāmarai pāṇṭiyaṉ. cu., vaḷḷāla makārācaṉ katai, 2006, sekar publication , Chennai.

10. tāmarai pāṇṭiyaṉ.cu., caṅkili pūtattār katai, 2007, Arun publication, Chennai.

11. tāmarai pāṇṭiyaṉ.cu., kuyila vaṇṇāṉ katai, 2007, tirukkuṟaḷPublication , Chennai.

12. tāmarai pāṇṭiyaṉ.cu., vaḷḷittirumaṇam kuṟiñcippāṭu oppāyvu, 2007, tirukkuṟaḷ Publication , Chennai.

13. tāmarai pāṇṭiyaṉ.cu., kapālakkāraṉ katai, 2008, sekar Publication , Chennai.

14. tāmarai pāṇṭiyaṉ.cu., maṉṉaṉ karuṅkāḷi vātaikkatai, 2008, Kavya Publication, Chennai.

15. tāmarai pāṇṭiyaṉ.cu., apimaṉyū pōrkkatai, 2011, Arul publication , Chennai.

16. tāmarai pāṇṭiyaṉ.cu., kataippāṭal cuvaṭit tiraṭṭum , patippum (1 - 4 Volumes), – 2014, Internationale Ins titute of Tamil S tudies, Chennai.

17. tāmaraippāṇṭiyaṉ.cu., kaṇṭi katirkāmavēlaṉ mālai, 2019, Chithra publication, Cheṉṉai

18 tiruvaḷḷuvar, tirukkuṟaḷ

19. tolkāppiyar, tolkāppiyam

20. pavaṇantimuṉivar, naṉṉūl

21. pakavati. ku, tamiḻar aḷavaikaḷ, 1983, International Institute of Tamil Studies, Chennai.

22. mativāṇaṉ.irā., tirāviṭa makkaḷiṉcintuveḷi eḻuttukkaḷ, 2010 Arul Publication, 66, periyār srteet, M.G.R Nagar, Chennai. - 600078.

23. rājaṉ. kā, toṉmai tamiḻ eḻuttiyal International Institute of Tamil studies, Chennai.

Research papers

1. irācakōpāl. cu., ōlai cuvaṭikaḷil eḻuttu muṟai, 1985, āvaṇam journal - 8, Tanjavoor tamil University, Tanjavoor.

2. kaṇēcaṉ.cā., tamiḻakattu aḷavai muṟai, 1968, kaiyēṭu, iraṇṭāvatu ulaka tamiḻ mānāṭu, Chennai.

3. civakāmi.cā., tamiḻil mukattal aḷavaippeyarkaḷ, 1974, iḷavēṉil - 3, Published by iḷaṅkōmaṉṟam, Department of Tamil , University of Kerala.

4. ceḷantarapāṇṭiyaṉ .es, mekkaṉciyiṉ cuvaṭikaḷil patippu cikkalkaḷ, araciṉar kīḻtticai cuvaṭikaḷ nūlakam, Chennai.

5. nayiṉār.mā., tamiḻil niṟuttal aḷavai peyarkaḷ 1974, iḷavēṉil - 3, Published by iḷaṅkōmaṉṟam Department of Tamil , University of Kerala.

6. pakavati.ku., tamiḻil nīṭṭal aḷavai peyarkaḷ. 1974, iḷavēṉil - 3, Published by iḷaṅkōmaṉṟam, Department of Tamil , University of Kerala.

Theses

1. civā .cu., "kumari māvaṭṭam tōvāḷai vaṭṭāra kalveṭṭukkaḷil moḻiāyvu" (Ph.D Thesis) 2010, Department of Tamil , University of Kerala.

2. centil celvakkumaraṉ.mā, tamiḻ ilakkiyaṅkaḷ kalveṭṭukkaḷ kāṭṭum eṇkaḷ aḷavaikaḷ kuṟiyīṭukaḷ" (Ph.D Thesis) 1989, kamarajar University, Madhurai.

Dictionaries

1. kriyāviṉ taṟkāla tamiḻ akarāti, 1992, Cre-A : No.2 24 th Eas t s treet. Thiruvanmiyur, Chennai – 600041

2. tamiḻ kalveṭṭuc collakarāti, Volumes 1-2, 2002, Santhi sadhana (Charitable Trust) Chamiers Road, Chennai - 600028.

3. tamiḻp pērakārāti, 1982, Madras University, Chennai.

பிற்சேர்க்கை

അനുബന്ധം

Appendix

கன்னட எண்களின் பரிணாமம்

കന്നഡ അക്കങ്ങളുടെ പരിണാമം

Evoluation of Kannada Numerals

தெலுங்கு எண்களின் பரிணாமம்

തെലുങ്ക് അക്കങ്ങളുടെ പരിണാമം

Evoluation of Telugu Numerals

One	౧
Two	౨
Three	౩
Four	౪
Five	౫, ౫, ౫, ౫
Six	౬
Seven	౭
Eight	౮
Nine	౯
Ten	౧౦
Hundred	౧౦౦

தேவநாகரி எண்களின் பரிணாமம்

ദേവനാഗരി അക്കങ്ങളുടെ പരിണാമം

Evoluation of Devanagari Numerals

One	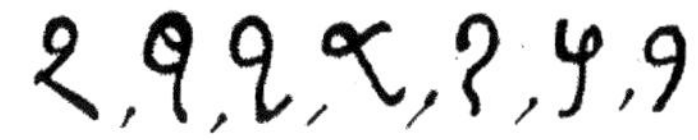
Two	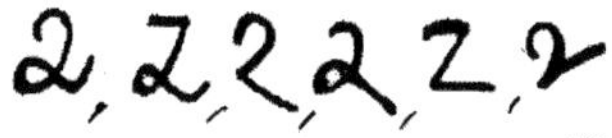
Three	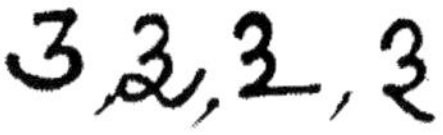
Four	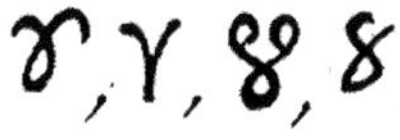
Five	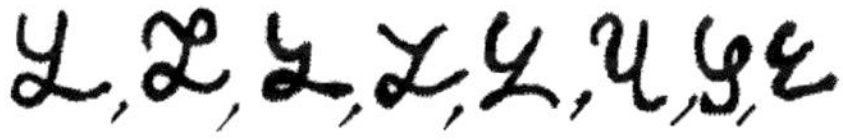
Six	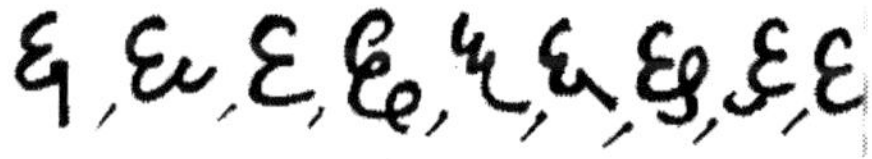
Seven	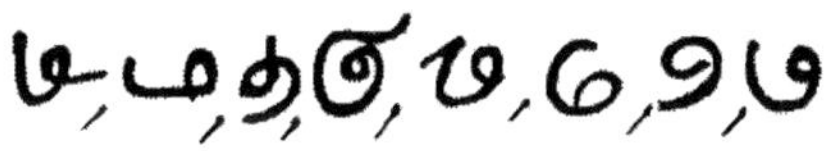
Eight	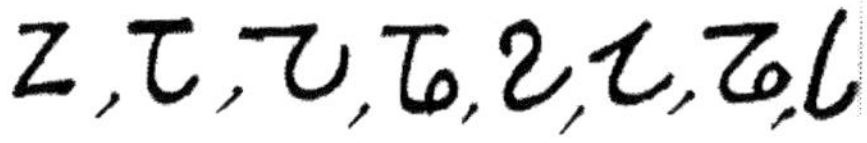
Nine	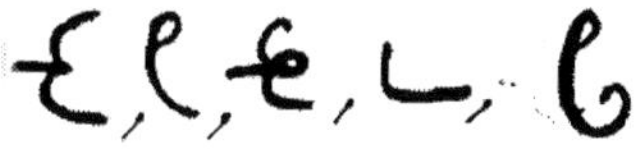
Ten	

காலச்சுவடு பப்ளிகேஷன்ஸ் (பி) லிட்
Published by Kalachuvadu Publications Pvt. Ltd.,
669, K.P. Road, Nagercoil 629001, India
Phone: 91-4652-278525
e-mail: publications@kalachuvadu.com

10/2023/S.No. 1124, kcp 3861, 18.6 (1) ass